இந்தியக் கல்வியின் இருண்டகாலம்

தேசிய கல்விக் கொள்கை வரைவு 2019 - குறித்த கட்டுரைகள்

தொகுப்பு: பேரா. நா. மணி

இந்திய மாணவர் சங்கம், மூட்டா
இணைந்து

Indiak Kalviein Irundakkaalum (in Tamil)

Compiled by prof. **N. Mani**

First Published: June, 2019 | 4th Print : August, 2021

Published by

BHARATHI PUTHAKALAYAM

7, Elango Salai, Teynampet, Chennai - 600 018

Email: thamizhbooks@gmail.com / www.thamizhbooks.com

இந்தியக் கல்வியின் இருண்டகாலம்

வரைவு தேசிய கல்விக் கொள்கை 2019 - குறித்த கட்டுரைகள்

தொகுப்பு: நா. மணி

முதல் பதிப்பு: ஜூன், 2019 | நான்காம் பதிப்பு: ஆகஸ்ட், 2021

வெளியீடு:

இந்திய மாணவர் சங்கம், மூட்டா இணைந்து

7, இளங்கோ சாலை, தேனாம்பேட்டை, சென்னை - 600 018

தொலைபேசி : 044-24332424, 24332924, 24356935

விற்பனை நிலையங்கள்

மதுரை: 37A, பெரியார் பேருந்து நிலையம் - 045 22324674

ஈரோடு: 39: 39 ஸ்டேட் பாங்க் சாலை - 9245448353

திண்டுக்கல்: பேருந்து நிலையம் - 9942331105, 9976053719

பழனி: பேருந்து நிலையம் அருகில் - 9442883696

திருப்பூர்: 447, அவினாசி சாலை - 9486105018

சேலம்: பாலம் 35, அத்வைத ஆஸ்ரமம் சாலை 0427 2335952

திருவல்லிக்கேணி: 48, தேரடி தெரு - 9444428358

வடபழனி: பேருந்து நிலையம் எதிரில் அடையார்

ஆனந்தபவன் மாடியில் - 9444476967

பெரம்பூர்: 52, கூக்ஸ் ரோடு - 9444373716

திருவாரூர்: 35, நேதாஜி சாலை - 9442540543

சேலம்: 15, வித்யாலயா சாலை சாலை

திருநெல்வேலி: 25A, ராஜேந்திரநகர் - 9442149981

அருப்புக்கோட்டை: 49A/4 மெயின் ரோடு, தெற்கு தெரு,-9994173551

மதுரை: சர்வோதயா மெயின்ரோடு

குன்னூர்: N.K.N   வணிக வளாகம் பெட்போர்ட்

செங்கல்பட்டு: 1 D ஜி.எஸ்.டி சாலை - 044 27426964

விருதுநகர்: 131, கச்சேரி சாலை - 0456 2245300

கும்பகோணம்: 352, ரயில் நிலையம் எதிரில் - 9443995061

வேலூர்: பேஸ் III, சத்துவாச்சாரி - 9442553893

நெய்வேலி: பேருந்து நிலையம் அருகில், - 9443659147

தஞ்சாவூர்: காந்திஜி வணிக வளாகம் காந்திஜி சாலை - 9655542400

கோவை: 77, மசக்காளிபாளையம் ரோடு, பீளமேடு - 8903707294

திருச்சி: வெண்மணி இல்லம், கரூர் புறவழிச்சாலை - 9994289492

திருவண்ணாமலை: முத்தம்மாள் நகர்

நாகர்கோவில்: 699 கே.பி.ரோடு R.V.புரம் - 9443450111

சிதம்பரம்: 11 / 28 வெள்ள திறந்தான் தெரு, - 9994399347

கரூர்: நாரத கானசபா அருகில் (TNGEA OFFICE)- 9442706676

காரைக்குடி: 12, 2 வது தெரு, கம்பன் மணிமண்டபம் பின்புறம் - 9443406150

நினைத்த நூல்கள்... நினைத்த நேரத்தில்...

thamizhbooks.com   (S) 8778073949

ரூ.120/-

அச்சு: பிரிண்ட்டெக், சென்னை - 600 005.

உள்ளே

தொகுப்புரை

எழுபதுகளில் அவசரநிலைகாலத்தில் பொதுப்பட்டியலுக்குள் இழுத்து வைத்துக் கொள்ளப்பட்ட கல்வியை மத்திய அரசு இன்றுவரை விடுவிக்கவே இல்லை. அவசரநிலை தளர்த்தப்பட்டு 40 ஆண்டுகள் கடந்து விட்டாலும் கல்வித் துறையில் இன்னும் அவசர நிலையே கோலோச்சுகிறது என்றே கணக்கில் கொள்ள வேண்டும். பொதுவாக ஒரு நாட்டை ஆளும் வர்க்கம் அதன் அரசியல் பொருளாதார தன்மைகளுக்கு ஏற்றவாறு அந்நாட்டின் கல்வி முறையை வைத்துக் கொள்ளும். அதற்குத் தக்க கல்விக் கொள்கைகளையே அது வகுத்துக் கொள்ளும். இந்திய நாடு ஒரு சந்தைப் பொருளாதார முறைமைகளில் இயங்கி வரும் நாடு. இந்திய முதலாளித்துவம் மற்றும் சர்வதேச முதலாளித்துவ நெருக்கடிகளுக்கு தக்கவாறு இந்தியா தனது தொழில், விவசாய சேவை ஏற்றுமதி இறக்குமதி உள்ளிட்ட கொள்கைகளை வகுத்து செயல்படும். அதேபோல் கல்வி கொள்கையையும் வகுக்கும். இவையனைத்தும் வெறும் முதலாளித்துவ இலாப வெறிக்கு இரையாகி விடாமல் நெருக்கி மக்கள் பால் இழுத்துச் செல்வது மக்களுக்கு குறைந்த பட்ச நன்மையை செய்யப் பணிப்பதும் திட்டமிட்டு நிர்பந்தம் செய்வதும் இந்திய அரசியல் சாசனத்தின் விழுமியங்கள் ஆகும். அத்தோடு முதலாளித்துவ அரசுகள் அதன் நெருக்கடிகளில் தங்களைத் தற்காத்துக் கொள்ள மக்கள் நல அரசுகளாக தங்களை மக்கள் முன்வரித்துக் காட்ட வேண்டியுள்ளது.

இந்த பின்னணியில் இருந்து சுதந்திர இந்தியாவின் கல்விக் கொள்கைகளை அணுகும் போது மேற்படி இரண்டு பரிணாமங்களில் இருந்தும் சமநிலையில் அணுகிய இந்தியக் கல்வி பயணிக்க வேண்டிய வழியைக் காட்டியது கோத்தாரி கல்விக் குழு. எனவேதான் அது பொதுப் பள்ளி முறைமை அருகமைப் பள்ளி முறைமை பற்றிப் பேசியது. 80களின் மத்தியில் இந்திய முதலாளித்துவ நலன்களைக் காட்டிலும் உலக முதலாளித்துவ/ பன்னாட்டு நிறுவனங்கள் நலன் மேலோங்கியது. இதன் விளைவாக இந்திய கல்வியில் பல மாற்றங்கள் வந்தது. கல்வியில் நடந்த இந்தமாற்றங்கள்

ஒட்டுமொத்த பொருளாதாரத்திலும் மாற்றங்களை கொண்டு வந்தது. சமூக பொருளாதார இடைவெளிகள் அதிகரிக்கத் தொடங்கியது. இந்த நெருக்கடிகளின் ஊடாக இந்திய அரசியலில் மீண்டும் இந்திய மண்ணில் ஓர் பார்ப்பனியம் மேலாதிக்கத்தை நிறுவ முயலும் ஆர் எஸ் எஸ் அமைப்பின் வகுப்புவாத பலம் அதிகரித்தது. 2014 ஆம் ஆண்டு ஆட்சியைப் பிடித்தது. இந்த நிலையில் இந்துத்துவ வளர்ச்சிப் போக்குகளோடு இணைந்து இந்திய முதலாளித்துவ பயணத்தை தொடங்கியது பாஜக. இந்துத்துவத்திற்கு அதன் இலக்குகளை அடைய உலக கார்ப்பரேட் முதலாளித்துவத்தோடு கைகோர்த்து செல்ல வேண்டிய தேவை ஏற்பட்டது. ஏனெனில் உலக முதலாளித்துவ நலன்களும் இந்துத்துவ ஆதிக்க நலன்களும் இணையும் புள்ளியாக உலகமயமாக்கல் தனியார்மயம் தாராளமயமாக்கல் அமைந்தது.

இக்கொள்கைகள் இயல்பாகவே சமூக நீதியை அழித்தொழிக்கவும் பயன்படுகிறது. எனவே இந்திய நாட்டில் தற்போது நடைமுறையில் உள்ள கல்விக் கொள்கைகளில் அடிப்படை மாற்றங்களை செய்ய வேண்டி உள்ளது. இதற்காகத் தான் 2014 பாஜக அரசு பொறுப்புக்கு வந்தவுடன் புதிய கல்விக் கொள்கையை உருவாக்க அறைகூவல் விடுத்தது. டி.எஸ்.ஆர். சுப்பிரமணியம் குழுவும் அதற்கு பின்னர் மத்திய மனிதவள மேம்பாட்டு அமைச்சகம் வெளியிட்ட புதிய வரைவுக் கல்விக் கொள்கைக்கான உள்ளீடுகள் ஆகியவற்றின் மீது ஏராளமான விமர்சனங்களும், எதிர்ப்பும் இருப்பினும் கஸ்தூரி ரங்கன் குழு எழுந்தன. எந்த மாற்றங்களையும் செய்யவில்லை. எனவே இந்திய நாட்டின் அரசியல் சாசனத்தின் மீதும் இந்திய மக்கள் மீதும் பற்றுள்ள அமைப்புக்கள் அரசியல் கட்சிகள் திரண்டு எழுந்து போராட தொடங்கியுள்ளன.

இந்தப் பின்னணியில் பாரதி புத்தகாலயம் இந்த நூலை தமிழக மக்கள் நலன் கருதி கொண்டு வருகிறது. இந்த தொகுப்பில் இடம் பெற்றுள்ள பேராசிரியர், முன்னாள் துணைவேந்தர் மற்றும் கணையாழி ஆசிரியர் ம.ராசேந்திரன் அவர்கள் கட்டுரை எதிர்கால இந்தியக் கனவை இந்தியா சந்திக்க இருக்கும் சவால்களை ஆற்றலை அபிவிருத்தி செய்ய ஒற்றுமையை வளர்த்தெடுக்க மொழியை முக்கிய கருவியாக

ஆட்சியாளர்கள் கட்டமைக்க முனைவது எவ்வளவு பெரிய அபத்தம் என்பதை விளக்குகிறது. அத்தோடு மொழியை எப்படி பார்க்க முடியும் என்பதற்கு ஓர் புதிய பார்வையை தருகிறார். மொழி தன்மானத்தோடு வாழவும், பகையை மறக்கவும் நவீன தொழில்நுட்ப புரட்சியை உள்ளடக்கியதாக இருக்க வேண்டும் என்று சுட்டிக் காட்டுகிறார். கல்வி தொடர்பான உரையாடல்களை வளமிக்க நடையில் பொருத்தமான சொற்சித்திரத்திரத்தில் வடித்துக் கொடுப்பவர் பேராசிரியர் மாடசாமி. பாலகர்கள் பத்திரம் என்ற தன் கட்டுரையில் பாடத்திட்டத்தில் அமைந்துள்ள இந்துத்துவ அரசியலை அதன் ஆபத்துகளை பழமையை விதந்து ஓதுவதில் பொதிந்து கிடக்கும் மநுதர்ம சூழ்ச்சிகளை பட்டியலிடுகிறார். இந்திய மரபு என்ற பழம்பெருமை தொழில் கல்வி நுழைவுத் தேர்வுகள் மறைந்து கிடக்கும் வர்ணாசிரம தர்மம் ஆகியவற்றை படிக்க படிக்க திகட்டாத வார்த்தைகளில் கட்டுரையாக வடித்து தந்துள்ளார். பேராசிரியர் மாடசாமி மற்றவர்கள் அதிகம் படித்து கருத்துக் கூறாத கவனம் செலுத்தாத ஓர் பகுதியைப் பற்றி அருமையான ஒன்றை வடித்துள்ளார். அது வயது வந்தோருக்கான கல்வி. வாய்ப்புக்கள் -2019 என்ற தலைப்பில் இடம் பெற்றுள்ளது. வயது வந்தோருக்கான கல்வியை பாடத்திட்டத்தை எப்படி அணுகுவது மற்ற பாடத்திட்டங்களில் இருந்து எப்படி வேறுபட்டு இருக்கிறது. அதற்கு தக்கவாறு அதனை அணுகாமல் அந்தப் பிரச்சினையின் தன்மையே புரியாமல் எந்திரத்தனமாக உள்ள முன் மொழிவுகளை விமர்சிக்கிறார். சிறந்த மனித உரிமைகள் செயல்பாட்டாளரும் கல்வியாளரும் மதுரைக் கல்லூரி முன்னாள் முதல்வருமான என்.முரளி அவர்கள் புதிய கல்விக் கொள்கை ஓர் தேன் தடவிய விஷம் என்கிறார். எப்படி என்பதை தக்க ஆதாரங்களோடு நிறுவுகிறார். குறிப்பாக இந்திய உயர் கல்வியில் நிகழவிருக்கும் அழிவுகளை பட்டியல் இட்டு படம் பிடித்து காட்டுகிறார். இந்த கல்விக் கொள்கை அமுலாக்க பெற்றால் இனி எந்தக் காலத்திலும் கல்விக் கொள்கை தேவை இருக்காது என்கிறார். காரணம் இந்திய உயர் கல்வி முழுவதும் தனியார்மயமாகிவிடும் அங்கு கட்டுப்படுத்தவோ ஒழுங்கு படுத்தவோ ஒன்றும் இருக்காது என்பதை தெளிவாக்குகிறார்.

தமிழ்நாட்டில் உள்ள மிகச் சிறந்த கல்வியாளர்களில் பேராசிரியர் ஆர்.இராமானுஜமும் ஒருவர். என்.சி.ஆர்.டி நிறுவனத்தின் இயக்குநர் பதவி தன்னைத் தேடி வந்த போதும் அதனை உதறித் தள்ளியவர். 2005 கலைத் திட்டத்திற்கு பெரும் பங்களிப்பு செய்தவர் தற்போது தமிழக அரசின் புதிய பாடத்திட்ட திட்டக் குழு உயர்மட்ட உறுப்பினர் என்ற பல்வேறு சிறப்புகளுக்கு உரியவர். அவர் இந்த வரை கல்விக் கொள்கையில் வரவேற்கத்தக்க அம்சங்கள் போன்று காட்சியளிப்பவற்றை முதலில் சிலவற்றை பட்டியல் இடுகிறார். பின்னர் தனக்கேயுரிய ஆழ்ந்த கல்விப் புல தெளிவு செயல்பாடுகள் ஆகியவற்றைக் கொண்டு "இந்த வரைவு ஆவணத்தின் குறைபாடுகள்/ தோல்விகள் என்று பட்டியிலிலிட்டதைப் படிக்கும் போது இந்த புதிய கல்விக் கொள்கை கொடுங்கனவு பலித்துவிடக்கூடாது என்று எச்சரிக்கை செய்கிறது. மிக ஆழமான நுட்பமான திறனாய்வு இது. புதிய தாராளமய தனியார்மய உலகமய கொள்கைகளை எந்தவித விமர்சனமும் இன்றி ஏற்றுக் கொண்டு சமூக நீதி என்ற பதத்தைக் கூட 500 பக்க அறிக்கையில் விரவிக் கிடக்கும் பல்வேறு வன்முறைகளை படம்பிடித்துக் காட்டுகிறார்.

கல்வியாளர் பிரின்ஸ் கஜேந்திர பாபு அவர்களின் நேர்காணல் இதில் இடம் பெற்றுள்ளது. அது இந்தித் திணிப்பின் பல்வேறு நியாயங்களை கேள்விகளாக அடுக்கிய போதும் அதன் தேவை இன்மையையும் வலுக்கட்டாயமாக திணிக்கும் அத்தியாவசியங்களையும் மிகவும் நுணுக்கமாக தோலுரித்து காட்டுகிறார். நேர்காணலின் இரண்டாம் பகுதியில் பள்ளிக் கல்வி உயர், கல்வி ஆகியவற்றில் நிகழவிருக்கும் ஆபத்துகளை நேர்பட எடுத்துக் கூறுகிறார். வரைவு கல்விக் கொள்கை எப்படி இந்திய அரசியல் சாசனத்திற்கு சமூக நீதிக்கு எதிரானது என்பதை புரிந்து கொள்ள பயன்படுகிறது. இப்போது இந்த வரைவுக் கொள்கையில் கூறப்பட்டுள்ள ஆபத்துகளை தடுக்க உடனடியாக செயலாக்கம் செய்ய வேண்டிய பணிகளை முன் வைப்பது செயல்பாட்டாளர்களுக்கு ஆரோக்கியமான போராட்ட திட்டங்களை அறிந்து கொள்ள உதவும்.

ஆயிஷா நடராசன் கட்டுரை இந்திய கல்வி வரலாற்றை மட்டுமல்ல அடிமை இந்தியாவில் எப்படி இருந்தது?

உழைப்பாளி மக்கள் பார்வையில் கல்விக் கொள்கையை எப்படி அணுகுவது? முதலாளித்துவம் எவை எவற்றையெல்லாம் கல்விக் கொள்கை என்று மக்கள் தலையில் திணிக்கும் என்பதையும் முன் பகுதியில் கூறிவிட்டு, வரைவு கல்விக் கொள்கை முன் வைக்கும் முக்கிய பரிந்துரைகளை தனித்தனியாக எடுத்துக் காட்டி அதன் விளைவுகளை பொருத்தமான கேள்விகளாக வாசகர்கள் முன் வைக்கிறார்.

இது ஓர் வித்தியாசமான அணுகுமுறை. கல்லூரி ஆசிரியர்கள் சங்கத்தின் மூத்த தலைவர்களில் ஒருவரும் குடியாத்தம் அரசுக் கலைக் கல்லூரியின் முன்னாள் முதல்வருமான பேராசிரியர் ப.சிவக்குமார் கட்டுரையும் ஓர் முக்கிய பங்களிப்பு. இந்துத்துவ வாதிகள் நாலந்தா பல்கலைக்கழகம் மற்றும் தக்கூஷசீலா ஆகிய பல்கலைக் கழகங்களை வைத்து பேசி வரும் பழம் பெருமையை உடைத்தெரிகிறார். நாலந்தா பல்கலைக்கழகம் புத்த பிக்குகள் உருவாக்கியது. அதன் அனைத்து பெருமைகளும் புத்த மதத்தை சாரும் என்பதை நிறுவுகிறார். அத்தோடு நாலந்தா பற்றி பெருமை பேசுவதோடு சரி அதன் மீட்டெடுப்பில் எப்படி இவர்களுக்கு அக்கறை இல்லை என்பதை உலகப் புகழ் பெற்ற அமர்த்தியா சென் அவர்களை அங்கிருந்து அடித்து துரத்திவிட்டு பழம்பெருமை பேசுவதில் பயன் இல்லை என்கிறார். சாணக்கியர் படித்ததாக இவர்கள் கூறும் தக்கூஷசீலா பல்கலைக்கழகம் இருந்ததாக சான்றுகள் இல்லை என்பதை ஆணித்தரமாக கூறுகிறார். ஏற்கனவே உயர் கல்வி துறையில் இருந்த குறைந்த பட்ச ஜனநாயக நிறுவனங்கள் கூட வரைவு கல்விக் கொள்கை வழியாக மூடப்பட்டு சர்வ அதிகாரங்கள் மிக்க இரண்டு நிறுவனங்கள் அமைக்கப்பட இருக்கிறது. அது எவ்வாறு உயர் கல்வியை மக்கள் நலனை பாதிக்கும் என்பதையும் இந்திய உழைப்பாளி மக்கள் என்ன செய்ய வேண்டும் என்பதற்கும் தன் ஆலோசனைகளை தருகிறார்.

கலகல வகுப்பறை சிவாவின் கட்டுரை இந்த வரைவு கல்விக் கொள்கையின் ஓர் முக்கிய முரண்பாடை சுட்டுகிறது. இந்தியா முழுவதும் விரவிக் கிடக்கும் எழுத்தறிவு எண்ணறிவு இன்மையின் பரிதாபகரமான நிலைய வரைவு கொள்கையே

சுட்டிக் காட்டி விட்டு ஏற்கெனவே உள்ள நிலைக்கு காரணம் தேடாமல் இன்னும் ஏராளமான மொழிகளை கற்கும் திறன் குழந்தைக்கு உண்டு என்று கூறுவது நகைமுரண் என்கிறார்.

சுமார் தொண்ணூறு வயதை நெருங்கிக் கொண்டிருக்கும் மிகச் சிறந்த கல்வியாளர் கல்விச் செயல்பாட்டாளர்களின் ஆகர்ஷ சக்தி எஸ் எஸ் இராச கோபாலன் அவர்கள் கட்டுரை மிக மிக சுருக்கமானது ஆனால் மிக்க ஆழமானது. இந்த வரைவுக் கல்விக் கொள்கையின் உள்ளடக்கத்தை சுருக்கமாக குப்பை என்கிறார். இதை ஏன் நிராகரிக்க வேண்டும் என்பதற்கு தகுந்த ஆதாரங்களுடன் கூறுகிறார்.

அகில இந்திய மக்கள் அறிவியல் இயக்கங்களின் கூட்டமைப்பின் பொதுச் செயலாளர் பேராசிரியர் இராஜமாணிக்கம் வரைவுக் கல்விக் கொள்கையின் அறிவியல் தொழில்நுட்ப அறிவியல் மனப்பாங்கு ஆகிய பகுதிகளில் உள்ள அபத்தங்களின் மூலம் எது என்பதை தொட்டுக் காட்டுகிறார். ஆபத்துகளை கூறி எச்சரிக்கை செய்கிறார். தொகுப்பாளனாகிய எனது கட்டுரை இந்த வரைவுக் கல்விக் கொள்கை இந்திய கல்விக் கொள்கையாக வடிவாக்கம் பெற்றால் என்ன நடக்கும் என்பதை சித்தரிக்கிறது. அத்தோடு ஏன் இந்த வரைவுக் கல்விக் கொள்கை அறிவியல் பூர்வமானது அல்ல என்பதை பல்வேறு ஆதாரங்களுடன் நிறுவ முயன்றுள்ளேன். அரசியல் பின் புலத்தையும் அடையாளம் காட்ட முனைந்து உள்ளேன்.

இறுதியாக இந்திய அரசின் புதிய வரைவு கல்விக் கொள்கையின் மீதான முதல் விமர்சன நூலாக இந்த நூல் வெளிவருகிறது. இதற்கு முழுமுதற் காரணம் இதன் மேலாளர் க.நாகராஜன். இப்படியான ஒரு தொகுப்பை கொண்டு வர உதவி செய்யுங்கள் என்று கூறியவர் அவர் தான். நான் முனைந்து செயல்படாத நிலையில் முனைப்பு ஊட்டி அவரும் முனைந்து செயல்பட்டே இத்தொகுப்பு வெளிவருகிறது. இதனை மனமுவந்து கடலூரில் வைத்து வெளிட முன்வந்த நண்பர்கள் பாலகி ஆயிஷா நடராசன் ஆகியோருக்கும் எங்கள் நன்றிகள்.

நா.மணி

பாலகர்கள் பத்திரம்! இந்தப் பூனையை நம்பவா?...

ச.மாடசாமி

எப்போதும் நான் சற்றுப் பதற்றத்தோடு படிக்கும் பகுதி - பாடத் திட்டமும் பயிற்று முறையும். அதிகாரத்தின் வழி வாய்ப்பு பெற்றவர்கள் வந்து குப்பை கொட்டும் இடம்! புதிய கல்விக் கொள்கை 2019ஐ எடுத்ததும் முதலில் நான் வாசித்தது- Curriculum and Pedagogy. வாசித்து முடித்ததும் ஒரு பூனைக் கதை ஞாபகத்துக்கு வந்தது.

வயதான பூனை அது. எலியைப் பிடிக்க முடியவில்லை.

அசையாமல் செத்தது போல் கிடந்தது.உண்மையில் பூனை செத்து விட்டதாக எலிகள் கருதின. பூனையின் பக்கத்தில் வந்து விளையாடின.அப்போதும் பூனை அசையவில்லை. ஓர் எலி உற்சாகம் மிகுதியால் பூனையின் தலையில் ஏறி விளையாடியது. உடனே பூனை சட்டென்று அந்த எலியைப் பிடித்தது. பிற எலிகள் ஓட்டம் பிடித்தன.

எலிகள் உலகின் மாறாத பாடம்: " பூனையை நம்பாதே!".

இந்தியா பாகிஸ்தானை வென்ற கிரிக்கெட் விளையாட்டைக் கூட 'பாகிஸ்தான் மீது மற்றொரு தாக்குதல்' என வெட்கங்கெட்டு வர்ணிக்கும் மதவாத ஆட்சியாளர்களின் கல்விக் கொள்கையை நம்புவது நடிக்கும் பூனையை நம்புவது போலத்தான்!

கட்டாயம் சமஸ்கிருதம்;

கருணையோடு பிற மொழிகள்!

பாடத்திட்டப் பளுவைக் குறைக்க வேண்டும் (Reduce Curriculum Content) என்று இந்தப் பூனை ஒரு கட்டத்தில் பேசுகிறது.போதாக்குறைக்கு யஷ்பால் கமிட்டி அறிக்கையையும் (Learning Without Burden, 1993), தேசிய பாடத் திட்டக் கொள்கையையும்(NCF 2005) ஞாபகப்படுத்துகிறது. நம்பி நெருங்குகிறோம்.

நெருங்கியதும் சத்தமாகச் சொல்கிறது. "மூன்று வயது முதலே குழந்தைகள் மூன்று மொழிகளைப் பயில வேண்டும். மூன்றுக்கு மேலேயும் படிக்கலாம்" என்கிறது. (three or more languages). அப்போதுதான் தேச ஒருமைப்பாடு சாத்தியமாம்! இதுதான் பாடத்திட்டத்தைக் குறைக்கும் வழி!

மூன்று, நான்கு என்று எண்ணிக்கையில் பூடகமாகச் சொன்னாலும் சமஸ்கிருதம், இந்தி இரண்டைக் கற்பதைத்தான் கல்விக்கொள்கை வலியுறுத்துகிறது என்பதைப் புரிந்துகொள்ள பெரிய ஆராய்ச்சி மூளைகள் தேவையில்லை.

பள்ளிகளில் ஆங்கிலம் நீடிப்பதை துரதிர்ஷ்டமான போக்கு (Unfortunate Trend) என்கிறது கல்விக்கொள்கை. இந்தி, சமஸ்கிருதம் நுழைய ஆங்கிலம் தடையாக இருப்பதுதான் கல்விக்கொள்கை குறிப்பிடும் துரதிர்ஷ்டம்! மும்மொழித் திட்டத்தில் தாய்மொழியும் இருக்கட்டும் என்கிறது. அதுதான் இந்தப் பூனை எலிகளிடம் வைத்த கருணை!

இந்திய மொழிகளைப் பற்றிப் பேசும் போதெல்லாம் 'சமஸ்கிருதமும் மற்ற மொழிகளும்' (Sanskrit and other languages) என்றே இந்தக் கல்விக்கொள்கை பேசுகிறது. சமஸ்கிருதத்துக்குக் கதாநாயக அந்தஸ்து; மற்ற மொழிகள் துணைப் பாத்திரங்கள்!

சமஸ்கிருதத்தின் புகழ் பாடும்போது கல்விக்கொள்கையின் வாய் அகலத் திறந்து கொள்கிறது. எல்லா இந்திய மொழிகளுக்கும் மரபுகளுக்கும் ஆதாரம் சமஸ்கிருதமாம்! சமஸ்கிருதம் அறிவின் களஞ்சியமாம் (Repository of Knowledge). பழமைக்குப் பழமையாய் இருக்கிறதோம். இன்றைய நவீன மொழியும் சமஸ்கிருதம்தானாம் (important modern language). அது மட்டுமா? சமஸ்கிருதம்

வாய்ப்பந்தல்- 2019

அதிகாரம் மிக்க ஒற்றைக் கல்வி அமைப்பை ஏற்படுத்துவதும், தேசிய அளவில் மையப்படுத்தப்பட்ட பாடங்களை உருவாக்குவதுமே தேசியக் கல்விக் கொள்கை -2019 இன் பிரதான நோக்கம். ஒரே நாடு, ஒரே தேர்தல்- என்பதன் கல்வி வடிவம் இது.

வயது வந்தோர் கல்வி என்பது கல்வியின் மற்றொரு வடிவம் என்ற அடிப்படைப் புரிதல் வேண்டும். மணி அடித்துத் தொடங்கும் பள்ளி வகுப்பா அது? மிகவும் நெகிழ்வுத் தன்மை கொண்டது வயது வந்தோர் கல்வி. நேரம், இடம், பாடம் - எல்லாமே நெகிழ்வுத் தன்மை கொண்டவை.

இந்தப் பார்வையின்றி, வயது வந்தோர் கல்விக்குத் தேசிய அளவில் அமைப்பை உருவாக்குவது, மையமான ஒரு பாடத்திட்டத்தை உருவாக்குவது, பள்ளிகள், நூலகங்களில் வகுப்பு நடத்துவது, படித்த இளைஞர்களைத் தொண்டர்களாகத் தேர்ந்தெடுத்து பயிற்சி வழங்குவது, கற்பித்தலுக்கு மொபைல் ஆப்ஸைப் பயன்படுத்துவது- என்றொரு வாய்ப்பந்தல் போடுகிறது கல்விக் கொள்கை.

முழு எழுத்தறிவு இயக்கத்தைத் தொடங்கிய 1990 களின் தொடக்க காலத்திலும் ஒரு பொதுவான பாடத்திட்ட வழிகாட்டல் இருந்தது. எண்ணறிவு, எழுத்தறிவு, விழிப்புணர்வு- என்பதுதான் அந்த வழிகாட்டல். 'வார்த்தையில் இருந்து வாழ்க்கைக்கு' (*From Word to World*) என்று பாலோ பிரையர் தந்த பாடமும் கூட இருந்தது. 'கற்பித்தல் அல்ல; உரையாடல்' என்பது நாங்கள் பெற்ற பயிற்சியின் சாராம்சமாக இருந்தது. எப்போதும் கலை வடிவப் பிரச்சாரங்கள் எழுத்தறிவு இயக்கத்தை விட்டுப் பிரியாதிருந்தன. " இது சந்திரன் மேல கால வச்ச காலம்; நீயும் கைநாட்டு போடுறது அலங்கோலம்!"

பெரும்பாலும் மரத்தடிகளிலும், தெருவிளக்குகளின் கீழும் எழுத்தறிவு மையங்கள் நடந்தன.அங்கேதான் எழுத்தும் வார்த்தையும் உயிர் பெற்று எழுந்தன. இரண்டாம் பாடத்தில் இருந்த 'பசி' என்ற வார்த்தை குறித்துக் கிராமங்களில் நடந்த உரையாடல்கள் கொஞ்சமா? "வெள்ளைக்காரன் பூக்க வெகுபேர் காத்திருக்காங்க!" (விடை:சாதம்)என்ற விடுகதையை முதியவர்

ஒருவர் போட்டதும்,
    கஞ்சியாக் கொதிக்கேனம்மா!
    நான் கானலா வேகுதேனே!
    சோறாக் கொதிக்கேனம்மா!
    நான் சுண்ணாம்பா வேகுதேனே!

என்று தனக்கு வாய்த்த திருமண வாழ்க்கை குறித்து ஒரு பெண் கலங்கிப் பாடியதும் 'பசி' குறித்த உரையாடலில்தான். ஒரு வார்த்தைதான். ஆனால், உரையாடல்கள் வெள்ளம்போல! உடனடியாக நிர்வாகங்களுக்கு வேறொரு விழிப்புணர்வு வந்தது. 'பசி' என்ற வார்த்தையைப் பல மாவட்டங்களின் பாடப்புத்தகங்களில் இருந்து நீக்கி விட்டனர்.

ஒற்றைப் பாடத்திட்டம் என்பது அதிகாரம் மட்டுமல்ல; அது ஒரு வன்முறையும் கூட. (சிறு சிறு மாற்றங்களை அந்தந்த மாநிலத்திலும் செய்து கொள்ளலாம் என்ற விழாக்காலச் சலுகையையும் தரப்பட்டிருக்கிறது).

அறிவொளியின்போது, தமிழ்நாடு முழுக்க ஒரே பாடம் என்பதே பிரச்சனையாக இருந்தது. மதுரையில் 'இருமல்' என்றால் நெல்லையில் அது 'தொரத்தல்'. பட்டா என்பது அறிவொளியின் முதல் சொல். எழுத எளிதான சொல். பொதுவாக பட்டா என்பது நிலப் பட்டா; ஆனால் சில இடங்களில் பட்டா என்பது வளைந்த இரும்பு வடம். இளைஞர் சிலருக்கோ உடனடியாக ஞாபகத்தில் 'பட்டாக் கத்தி பைரவன்!'

கிடைத்த தொண்டர்களில் பட்டதாரிகள் மிக அபூர்வம்! பெரும்பாலான தொண்டர்கள் ஆறு, ஏழு, எட்டு வகுப்பு வரை படித்து நின்ற பெண்கள். மழையோ, திருவிழாவோ, சண்டையோ வந்துவிட்டால் சுலபத்தில் அடிபட்டு விழும் எழுத்தறிவு மையங்களை வளைந்து, நெளிந்து சாகசங்களால் தாங்கிப் பிடித்தவர்கள்.

அன்று முழு எழுத்தறிவு இயக்கத்தில் இரவு பகலாய் உழைத்தவர்கள் பலர் இன்றும் இருக்கிறார்கள். அவர்களில் ஒருவரைக் கூட கலந்து கொள்ளாமல் வயது வந்தோர் கல்வித் திட்டத்துக்கான வரைவறிக்கை தயாராகி இருக்கிறது. டம்பமான வார்த்தைகளில் 'கோச்சிங் சென்டர்' விளம்பரம் போல் இருக்கிறது அறிக்கை. அர்த்தமும் அக்கறையும் உள்ள யதார்த்தமான ஓர் அறிக்கைதான் நம் எதிர்பார்ப்பு.

அறிவியல் பார்வை கொண்ட மொழியாம். எனவே காளிதாசர், பாஷா போன்றோரின் இலக்கியங்கள் எல்லாப் பள்ளிகளிலும் பாடமாக வேண்டுமாம்! பாஸ்கராவின் சமஸ்கிருதக் கவிதைகள் கணிதப் பாடத்திலும் இடம் பெற வேண்டுமாம்!

தமிழ், தெலுங்கு பற்றியும் ஓரிரு இடங்களில் போகிற போக்கில் சொல்லப்பட்டிருக்கிறது. சமஸ்கிருதம், இந்தி பற்றிப் பேசும் போதெல்லாம் புலியின் குரலில் உருமும் இந்தப் பூனை, மாநில மொழிகளைப் பற்றிப் பேசுகையில் மியாவ், மியாவ் என்கிறது.

இந்தியாவில் இந்தி 45% பேர் பேசும் மொழி என்கிறது கல்விக் கொள்கை. 'உருது, பஞ்சாபி, மைதிலி, போஜ்புரி, சுவாதி, அங்கிகா, பிராஜ்' போன்ற மொழிகளையும் இந்தியின் கணக்கில் சேர்த்துச் சொல்லப்படும் பொய் இது என்பது ஆய்வாளர் கருத்து. இந்தியைத் தாய்மொழியாகக் கொண்டவர்கள் 25% மட்டுமே என்கிறது ஆய்வு.(இந்து தமிழ், 17.6.2019)

இசை பாடமாக வேண்டும் என்கிற கல்விக் கொள்கை, கர்நாடக சங்கீதம், இந்துஸ்தானி இசை இரண்டுக்கு மட்டுமே முன்னுரிமை தருகிறது. அந்தந்த மாநிலத்தின் இசையையும் பாடத்தில் சேர்த்துக் கொள்ளலாம் என வழக்கமான 'வஞ்சகக் கருணை'யோடு அனுமதி வழங்குகிறது.

ஆரம்ப வகுப்புப் பிள்ளைகள் வகுப்பில் பேசிப் பழக மேற்கு நாடுகளில் Show and Tell என்றொரு விளையாட்டு இருக்கிறது. ஏதாவது ஒரு பொருளைக் காட்டி- அது பென்சிலாக இருக்கலாம், பூவாக இருக்கலாம், ஏதாவது ஒரு பொருள் - அது பற்றி ஓரிரு நிமிடங்கள் பேசவேண்டும். அந்தப் பழக்கத்தை நம் பள்ளிகளிலும் கொண்டு வரவேண்டும் என்கிறது கல்விக் கொள்கை. "ஆரம்பத்தில் குழந்தை தாய்மொழியில் பொருளை அறிமுகப்படுத்திப் பேசலாம். பையப் பைய தான் கற்கும் மும்மொழிகளில் ஒன்றில் (நம் குழந்தைகளுக்கு இந்தி அல்லது சமஸ்கிருதம்) சொல்ல வேண்டுமாம். என்ன கொடுமை!

அடிக்கடி கல்விக்கொள்கை இந்திய மரபு, இந்திய மரபு என்று அலறுகிறது. இந்தியச் சிந்தனை மரபு பாடப் புத்தகங்களில் கட்டாயம் இடம்பெற வேண்டுமாம். வாழ்க்கையை வெற்றுச் சடங்குகளாக மாற்றும் 'வேதக் கல்வி',

சகோதரனாயினும் கொல்லு என்ற 'கீதோபதேசம்', வர்ணாசிரமத்தை வலியுறுத்தும் 'மனு தர்மம்' போன்றவை பாடமாக வேண்டும் என்ற மதவாத அரசின் நோக்கத்தை வர்ணம் பூசிய வார்த்தைகளில் எழுதிப் போகிறது கல்விக் கொள்கை

தந்திரம்தான் நீதியா?

நீதிநெறிக் கருத்துக்கள் (Ethics) இனிப் பாடத்திட்டத்திலும் தேர்விலும் இடம் பெறவேண்டும் என்று வலியுறுத்தும் கல்விக்கொள்கை அதற்கு உபாயமாக சமஸ்கிருதத்தில் எழுதப்பட்ட பஞ்ச தந்திரக் கதைகளையும் , இதோபதேசக் கதைகளையும் பரிந்துரைக்கிறது.

பஞ்சதந்திரக் கதைகளில் மிகப் பெரும்பான்மையானவை ஒருவரை ஒருவர் எப்படி ஏமாற்றுவது, பழிவாங்குவது- என்று கற்றுத் தருபவை.

கொக்கு உறிஞ்ச முடியாத தட்டில் நரி விருந்து வைக்கும்; பதிலுக்கு நரியின் முகம் நுழைய முடியாத ஜாடியில் கொக்கு விருந்து வைக்கும்.

சிங்கம் குள்ளநரியிடம் தினசரி தனக்கொரு இரை கேட்கும்; அப்பாவி கழுதையைச் சிங்கத்தின் முதலமைச்சர் ஆக்குவதாகச் சொல்லி ஏமாற்றி அழைத்துப் போய்ச் சிங்கத்துக்கு இரையாக்கும் குள்ளநரி. தந்திரக் கதைகளில் கழுதை ஒரு முட்டாள்; கழுதை ஒரு கேலிப் பொருள்!

கழுதையும் உப்பு வியாபாரியும் கதை நமக்குத் தெரியும். உப்பு மூட்டையைத் தினசரி சுமக்க முடியாமல் சுமந்து செல்லும் கழுதை. வியாபாரிக்கு இரக்கம் கிடையாது. ஒரு நாள் ஆற்றைக் கடக்கையில் கழுதை தவறித் தண்ணீரில் விழுந்துவிடும். உப்பு கரைந்து பாரம் லேசாகும். கழுதை அடுத்த நாளும் தண்ணீரில் நனைந்து பாரத்தை லேசாக்கும். வியாபாரி விடுவாரா? பஞ்ச தந்திரக் கதைதான் விடுமா? மறுநாள் பருத்தி மூடையைக் கழுதையின் முதுகில் ஏற்றுவார். தண்ணீரில் நனைந்ததும் பாரம் மேலும் கனமாகும். கழுதைக்குப் புத்தி வந்ததாம். உப்பு மூடை சுமந்து முதுகு வலித்த கழுதை தோற்றால் பஞ்ச தந்திரக் கதைக்குக் கொண்டாட்டம். எசமானர்களுக்கான கதை!

இதோபதேசக் கதைகள் செய்யும் உபதேசமும் விவாதத்துக்குரியது. குள்ளநரி, மான், காகம் நண்பர்களாக இருக்கும் கதையில் குள்ளநரி மானை ஏமாற்றித் துன்பத்தில் சிக்க வைக்கும். பசித்த புலி ஒன்று தங்கக் காப்பைக் காட்டி ஏமாற்றி பிராமணனைச் சேற்றில் சிக்கவைத்துக் கொல்லும். கதைகளில் பெரும்பாலானவற்றில் 'கூடா நட்பு' குறித்த உபதேசம்தான். சேர்ந்து வாழ்வது குறித்த நீதி அபூர்வம்!

புறாக்கள் சேர்ந்து வேடனின் வலையைத் தூக்கிச் செல்லும் பிரபலமான நாட்டுப்புறக் கதை இதோபதேசத்தில் சேர்த்துக் கொள்ளப்பட்டிருக்கிறது சிறு சிறு மாற்றங்களுடன். பொதுவாக யாரை விலக்குவது (Exclusion) என்பதுதான் பழைய சமஸ்கிருதக் கதைகளின் மையம்.

குழந்தைகளுக்குப் போதிக்கவேண்டிய நீதிகளாகஒரு பெரிய பட்டியலே கல்விக் கொள்கையில் இருக்கிறது.சேவ, அகிம்சை எனத் தொடங்கி வேதச் சரக்குகளையும் உள்ளிறக்குகிறது. 'நிஷ்காம கர்மா'வைப் போதிக்க வேண்டுமாம்.நிஷ்காம கர்மா என்பது பலனை எதிர்பாராமல் உழைத்தல். அதாவது 'கர்ம யோகத்தை'க் குழந்தைகளுக்குக் கற்பித்தல். அட கர்மமே! கர்ம யோகம் என்பது வேதத்தின் சரக்கு மட்டுமல்ல; முதலாளிகளின் சரக்கும் கூட.

பிரதமரின் தூய இந்தியாவும் (Swacch Bharat) குழந்தைகளுக்கான கட்டாயப் பாடங்களில் ஒன்று. யாரும் மறந்துவிடக்கூடாது என்று கல்விக் கொள்கையில் இது அடிக்கடி சொல்லப்படுகிறது.

தொழிற்கல்வி யாருக்கு?

தொழிற்கல்வி புதிதல்ல. நான் பள்ளியில் படிக்கும்போது, எங்களுக்குப் பாடமாக நெசவுத் தொழில் இருந்தது. ஏதோ பேருக்கு இருந்தது. ஆதாரக் கல்வியில் காந்தியடிகள் 'உடலுழைப்பு பொதுவானது; உடலுழைப்பு பள்ளிக்கல்வியில் இடம் பெறவேண்டும். எல்லாக் குழந்தைகளும் எல்லா வேலைகளையும் சரிசமமாகச் செய்யப் பழக்கவேண்டும்' என்று சொன்னபோது, 'ஆ! அநியாயம்! எல்லாக் குழந்தைகளும் எல்லா வேலைகளையும் செய்யப் பழக்குவதா? இது வர்ணாசிரமத்திற்கு எதிரானது!' என்று கத்திக் கூச்சல் போட்டவர்களின் வாரிசுகள் இன்றும் இருக்கிறார்கள்

-நாற்காலிகளிலும், நாற்காலிகளுக்குப் பின்னாலும்!

தேர்வு பிரதானமானதும் தொழிற்கல்வியின் நோக்கமும் பயனும் புதையுண்டு போயின.

இன்று மீண்டும் தொழிற்கல்விக்கு கல்விக் கொள்கை 2019 அழுத்தம் தருகிறது. காந்திஜி சொன்ன பார்வையில் அல்ல; வர்ணாசிரமத்தின் கோணத்தில்!

தச்சு வேலை, மின் வேலை, உலோக வேலை, பானை செய்தல் போன்ற பல வேலைகளை ஆரம்ப வகுப்பில் இருந்தே பிள்ளைகளுக்குக் கற்றுத் தரவேண்டும் என்கிறது கல்விக் கொள்கை. நல்லதுதான். தேசிய அளவிலான வரையறைகளுடன் நுழைவுத் தேர்வுகளும் கூடி வருகின்றன. மெட்ரிகுலேசன் பள்ளிகள், குளோபல், இண்டர்நேசனல் எனப் பெயர் சூட்டிக் கொண்ட பள்ளிகள் - பிள்ளைகளைத் தயார் செய்யப் போவது எதற்கு?நுழைவுத் தேர்வுகளுக்கா? அல்லது பானை செய்யும் தொழிலுக்கா? அந்தப் பணக்காரப் பள்ளிகளைக் கட்டுப்படுத்தும் முதுகெலும்பு அரசுகளுக்கு உண்டா? அரசு அதிகாரிகளுக்கு உண்டா? அப்படியானால் தொழில் கற்பித்தல் ஈராசிரியர் கொண்டு போராடிக் கொண்டிருக்கும் அரசுப் பள்ளிகளுக்கு மட்டுமா?

அது போகட்டும்.2+10 என்றிருந்த பள்ளிப் பருவத்தை, 4+3+3+5 என்று கல்விக் கொள்கை புதுவிதமாய்க் கூறு போட்டிருக்கிறதே! இது எதற்காக? 3+3+5 முடிந்ததும் பிள்ளைகள் வேறு வேறு வழிகளில் பிரிந்து போவார்களாம்! சிலர் பல்கலைக் கழக உயர் படிப்புக்குத் தயார் ஆவார்களாம். சிலர் தொழில் தொடங்க அல்லது வேலை செய்யத் தயார் ஆவார்களாம்!

பல்ககலைக் கழக உயர் படிப்புகளுக்குச் சொகுசாகப் போகப் போகிறவர்கள் யார்? 14 வயதிலேயே படிப்பை நிறுத்தி வேலை தேடி வீதிக்கு வரப்போகிறவர்கள் யார்? இதையெல்லாம் விளக்க வேண்டுமா?

எல்லாம் மையம்!

எல்லா அதிகாரங்களையும் தன்னகத்தே கொண்ட - பிரதமரைத் தலைவராகக் கொண்ட- தேசிய அளவிலான ஒரு

கல்வி அமைப்பை (Rashtriya Shiksha Ayog) ஏற்படுத்துவது குறித்த ஆலோசனையுடன் தான் கல்விக்கொள்கை தன் உரையைத் தொடங்குகிறது.

பள்ளிகளுக்கான பாடங்களைத் தேசிய அளவிலான கல்வி ஆராய்ச்சி மையம் (NCERT) இனி தயாரிக்கும். ஒவ்வொரு மாநிலத்திலும் உள்ள SCERT அந்தப் பாடங்களைக் கும்பிட்டு ஏற்றுக்கொள்ளும். (SCERTs may simply adopt NCERT textbook). தேவையானால் சிறு சிறு மாற்றங்களைச் செய்து கொள்ளலாம்.

இனி தேசிய அளவில் தயாராகும் பாடப்புத்தகம் எப்படி இருக்கும்? உதாரணம் இருக்கிறது. ராஜஸ்தானில் பி.ஜே.பி ஆட்சிக் காலத்தில் கல்வித்துறை வர்லாற்றுப் பாடப் புத்தகத்தில் செய்த மாற்றங்கள்தான் உதாரணம். காந்தியைக் கொன்ற கோட்சே பெயர் நீக்கப்பட்டது.(அந்தக் கிழவர் எப்படிச் செத்தாரோ?). நேரு இந்தியாவின் முதல் பிரதமர் என்ற பாடம் நீக்கப்பட்டது. (மோடி அல்லவா முதல் பிரதமர்?). அக்பரைப் பற்றிய பாடம் நீக்கப்பட்டது. (முஸ்லீம் மன்னர்களைக் கொண்டாடுவதா?). அறிவியலாளர் நியூட்டன், பிதாகொரஸ் பெயர்களும் நீக்கப்பட்டன. (கிறிஸ்தவர்கள் கண்டுபிடிப்பு எங்களுக்கு எதற்கு?).

மகாராஷ்டிர பி.ஜே.பி சிவசேனா அரசின் கல்வித்துறை வெளியிட்ட சமூக அறிவியல் பாடம் ஒன்று வரதட்சணைக்கான காரணத்தை ஆராய்கிறது. "அழகாய் இல்லாத பெண்களுக்குத் திருமணம் செய்யும் போதுதான் வரதட்சணை கொடுக்கும் பழக்கம் வந்தது" என்பது பாடத்தின் ஆராய்ச்சி முடிவு. இந்தியக் கல்வியாளர்கள் அனைவரும் காரி உமிழ்ந்த ஆராய்ச்சி உண்மை!

பாடப் புத்தகம் ஒரு பக்கம். பரீட்சை விசயம் என்ன? இதற்கும் தேசிய அளவில் ஒரு அதிகாரம் மிக்க அமைப்பு. பெயர்-National Testing Agency(NTA). இனி பல்கலைக்கழகங்களுக்குப் பதிலாக NTA வினாத்தாள்களைத் தயாரிக்கும். பல்கலைக் கழகங்களின் சுதந்திரமும் பரிதாபம்; மாணவர்களின் நிலையும் பரிதாபம்!

தேர்வில் மாற்றம் வேண்டும் என்கிறது கல்விக்கொள்கை. என்ன மாற்றத்தைப் பரிந்துரைக்கிறது? State Census Examinations

கொண்டு வருமாம். தேர்வுக்கு மாற்று இன்னொரு தேர்வா? இத்தேர்வை, மூன்றாம் வகுப்பு, ஐந்தாம் வகுப்பு, எட்டாம் வகுப்புப் பிள்ளைகள் எழுத வேண்டுமாம். அறிவொளியிலேயே பார்த்திருக்கிறோம்- தேர்வுக்குப் பயந்து பிஞ்சுப் பிள்ளைகள் தீப்பெட்டித் தொழிற்சாலைகளுக்கு வேலைக்கு வந்ததை! இப்போது மூன்றாம் வகுப்புப் பிள்ளைகளையே தேர்வு என்ற பிரம்பெடுத்துத் துரத்த வருகிறது இந்தப் புதிய கல்விக் கொள்கை. அதனாலென்ன? கோச்சிங் செண்டர்கள் இனி கொழிக்கும். அது தானே புதிய இந்தியாவின் தேவை!

கிராமங்களில் பூனை திரியும்போது 'பால் பத்திரம்' என்று எச்சரிப்பார்கள். புதிய கல்விக்கொள்கை வந்திருக்கிறது. 'பாலகர்கள் பத்திரம்!' என்று நாம் சொல்கிறோம். ◆

அரசியல் எதார்த்தத்தைப் புறக்கணிக்கும் அணுகுமுறை

- ஆர்.ராமானுஜம்

தமிழில்: கமலாலயன்

வரவேற்கப்பட வேண்டிய சில அம்சங்கள்:

(வரைவு அறிக்கையின் இந்த அம்சங்களிலுள்ள, நாம் உடன்படமுடியாத பல துணை –விரிவான அம்சங்களை ஒரு புறம் வைத்துவிட்டு, பரந்த பொருளில் வரவேற்கலாம்.)

1. ஆசிரியர்களுக்கான கல்வியின் மீது பிரதானமான அழுத்தம்: நாட்டிலுள்ள ஆசிரியர் களின் கல்வி இன்று இருக்கும் அவலநிலை பற்றி இந்த ஆவணம் மிகக் கடுமையான மொழியில் விமர்சனங்களை முன்வைத்திருக்கிறது. இந்த வரைவுக் கொள்கை, "நாடு முழுவதிலும் இருக்கிற தரமற்ற எல்லா ஆசிரியப் பயிற்சி நிறுவனங்களையும் எவ்வளவு சீக்கிரம் முடியுமோ அவ்வளவு சீக்கிரம் மூடிவிட வேண்டும்" என்று அறைகூவல் விடுத்துள்ளது. இவற்றுக்கு மாற்று ஏற்பாடாக, இந்த வரைவுக் கொள்கை, ஆசிரியர் பயிற்சிக் கல்வியைப் பல்கலைக் கழகத்தின் அதிகார வரம்புக்குள் கொண்டுவருவது மட்டுமன்றி, கல்வியமைப்பிலேயே ஒரு மையமான இடத்தையும் அதற்கு வழங்குகிறது.

2. இந்த வரைவுக்கொள்கை, ஒன்று முதல் பதினேழு வயது வரையிலான குழந்தைகளுக்குக் கல்வி பெறும் உரிமையை, முன்பருவ மழலையர் பராமரிப்பிலிருந்து தொடங்கி, மேல்நிலைப் பள்ளிக்கல்வி வரையிலும் வழங்க வேண்டும் என்ற மிகத்தெளிவான, எவ்வித ஐயத்திற்கும் இடமளிக்காமல் பரிந்துரைத்துள்ளது. (இதில் ECCE – என்று இருந்ததில் CARE என்பதை நீக்கி விட்டு ECE என ஆக்கியதன் மூலம் இதை அவர்கள் நீர்த்துப்போகச் செய்திருந்த போதிலும்) முன்பருவ மழலையர் பள்ளி முதல் பன்னிரண்டு ஆண்டுகள் பள்ளிக் கல்வி, அதை அனைவருக்கும் வழங்கப்பட வேண்டியது தேவை; இதை வரைவுக் கொள்கை வலியுறுத்திக் கோருகிறது.

3. பள்ளிக்கல்வியில் சீர்திருத்தங்களும், உயர்கல்வித் துறையில் சீர்திருத்தங்களும் குறித்து நடைமுறை சாத்தியமான

எதிர்காலத் திட்ட வரைவைக் கட்டாயம் உருவாக்குவதுடன், இரண்டையும் ஒரே சமகாலக் கட்டத்தில் மேற்கொள்ள வேண்டும் என்ற அம்சம் அங்கீகரிக் கப்பட்டுள்ளது. இதை அங்கீகரித்திருப்பதுடன், மாற்றமேதுமின்றி முறையாக நடைமுறைப் படுத்துவது அவசியம் என்றும் வரைவுக்கொள்கை ஒரு நிலை எடுத்துள்ளது. இது கடந்த கால அணுகுமுறையிலிருந்து வழி விலகிய, அத்தியாவசியமான ஓர் அம்சமுங்கூட.

உண்மையில், நாட்டில் இன்று நிலவும் ஆராய்ச்சி மனப்பாங்கின் நிலை பற்றிய விவாதத்தில் கூட, வரைவுக் கொள்கை பின்வருமாறு குறிப்பிட்டுக் கூறியுள்ளது: "அறிவியல் பூர்வமான வழிமுறை, விமர்சனரீதியான சிந்தனைப்போக்கு – ஆகியவற்றின் மீது முதன்மை அழுத்தத் துடன் அதிகபட்ச அளவில் விளையாட்டும், கண்டுபிடிப்புகள் அடிப்படையிலமைந்த பாணி கற்றலும் பள்ளிக்கல்வியில் இடம்பெறுவதை நோக்கிய நிச்சயத்தன்மை மிக்க விலகல்கள் தேவை"; மேலும், "இளநிலைப் பட்டக்கல்விக்கான பாடத்திட்டத்தில் ஆராய்ச்சி, நேரடிப் பயிற்சிகள் ஆகியவற்றை உள்ளிணைப்பது; தாராளமான நெகிழ்வுத் தன்மையுள்ள கல்வியளிப்பது –ஆகிய அம்சங்களின் மீது அழுத்தம் தருவது" போன்ற பிற பரிந்துரைகள் இடம் பெற்றுள்ளன. இவ்வாறாக, கல்வியின் எல்லா நிலைகளையும் இணைக்கும் ஓர் இழை, வரைவுக் கொள்கையில் ஊடாடுகிறது. இது வரவேற்கத்தக்க அம்சம்.

4. கல்வித்தரங்களை நிர்ணயித்தல், கல்விக்கான நிதியளித்தல், மதிப்பீட்டு அடிப்படை யில் அங்கீகாரமளித்து தரமுயர்த்துதல், ஒழுங்குமுறைகளுக்குட்படுத்துதல், கல்வி வழங்குதல் – இவை எல்லாவற்றுக்கும் தெளிவான, நிறுவனப்பூர்வமான பிரித்தல் நடவடிக்கைகளுக்கு வரைவுக் கொள்கை கோரிக்கை வைத்துள்ளது. இந்தியாவில் இது மிகவும் அவசியப்படுகிற, குறிப்பாக உயர்கல்வியில், ஒரு தேவை. ஆனால், பள்ளிக்கல்வியிலுங்கூட, கல்வியளிப்ப வர்கள், ஆய்வாளர்கள், சான்றளிப்பவர்கள் – என எல்லாமாக மாநில அரசுகள்தாம் இருக்கின்றன. தனித்தனி நிறுவனங்கள் என்ற கொள்கை வரவேற்கப்பட வேண்டியது.

5. இந்த வரைவுக் கொள்கை நெடுக கலைகள், இலக்கியம், வரலாறு போன்ற மானுடவாழ்வு சார்ந்த பாடப்பிரிவுகளுக்கு

மிகுந்த அழுத்தம் தரப்பட்டுள்ளதை வரவேற்கலாம். இந்தப் பகுதியை, இந்தியாவின் ' மகோன்னதமான கடந்தகாலம் 'என்ற பெருமிதத் திளைப்பு மிக்க பெருமையடிப்புக்கு வால்பிடிக்கக் கட்டாயப்படுத்தும் ஒரு முயற்சியாகவும் நாம் தெளிவாக உணர முடிகிறது. இந்தத் திசைதிருப்பல் நோக்கம் ஒருபுறம் இருப்பினும், மேற்கண்ட மனிதகுலம் சார்ந்த படிப்புகளையும் முறையியல் ரீதியாக ஒன்றிணைத்து, பிரிவு கள் கடந்து எல்லா நிலைகளிலும் கல்வியில் உள்ளிணைப்பது முக்கியத்துவம் வாய்ந்ததே.

6. இந்த வரைவுக்கொள்கை, வயதுவந்தோர் கல்வி குறித்துக் கணிசமான அளவுக்கு முக்கியத்துவம் தந்துள்ளது. இருபத்தோராம் நூற்றாண்டில், நாட்டின் வரைபடத்திலிருந்தே அடியோடு காணாமற்போய் விட்ட அம்சம் இது. பெருந்திரள் மக்கள் இயக்கங்கள், மற்றும் தன்னார்வ உழைப்பு ஆகியவற்றைப் பயன்படுத்தி எல்லாருக்குமான எழுத்தறிவையும், தொடர் கல்வியையும் எட்டுவதற்கு எடுக்கப்பட வேண்டிய முயற்சிகள் பற்றிப் பேசுகிறது இது.

7. பல தலைமுறைக் காலங்களாக மக்கள் அறிவியல் இயக்கங்களால் முன்னெடுக்கப்பட்டு, சாதிக்கப்பட்டுள்ள பல புத்தாக்கங்கள், பன்முகப்பட்ட முயற்சிகள் – நடைமுறைகளின் மதிப்பார்ந்த பங்களிப்புகளையும், கேரளா போன்ற மாநிலங்களில் இவை நடைமுறைப்படுத் தப்பட்டு வந்துள்ளதையும் வரைவுக் கொள்கை ஏற்று அங்கீகரித்துள்ளது. அவற்றுள் சில: மொழி, கணித வாரங்கள் , கணிதத் திருவிழா, செயற்பாட்டு மன்றங்கள், சமூக மட்டத்தில் கோரிக்கைகள் உருவாக்கம், பள்ளிகளுக்கு உதவுவதில் உள்ளூர் முதியோரை ஈடுபடுத்துதல் போன்றவை எடுத்துக்காட்டுகள். இவற்றை "எல்லாப் பகுதிகளுக்கும்" நடைமுறைப்படுத் துவது, பள்ளிக்கல்வி அமைப்பையே மாற்றியமைக்கும் .

8. வரைவுக் கொள்கையில் முன்மொழியப்பட்டுள்ள தேசிய ஆராய்ச்சி அறக்கட்டளை, அமெரிக்க மாதிரியையே பெருமளவுக்குப் பின்பற்றியிருப்பதாகத் தோன்றுகிறது; ஆனால், அதன் மிகச்சிறந்த சில நடவடிக்கைகளைக் கடன் வாங்கியுள்ளது. இந்த முன்மொழிவில் பிரச்சனைக்குரிய பல விவரங்கள் இடம்பெற்றுள்ளன. ஆனால், பல்கலைக் கழகங்களில்

ஆராய்ச்சிகளை ஊக்குவித்து நடைமுறைப்படுத்துதல் என்ற இலட்சியத்தைத் தெளிவான வழிகளின் மூலம் எட்டுவது என்பதில் ஒட்டுமொத்தமான ஒரு தொலைநோக்குப் பார்வையுள் ளது. சாதிக்கப்படக்கூடிய குறிக்கோள்கள் என்பதாகவே இவை தோற்றமளிக்கின்றன. இவற்றை நடைமுறைப்படுத்துவதற்காக முன்வைக்கப்பட்டுள்ள கட்டமைப்பு ஆலோசனைகள் அடிப்படையில் வலுவானவையாக உள்ளன. இவற்றில் நாம் ஒப்புக்கொள்ள முடியாத அம்சங்கள் இருக்கின்றன என்பதிலும், அவற்றைக் கருத்திற் கொண்டுதான் இந்த முன் மொழிவை அணுகுகிறோம் என்பதிலும் நாம் தெளிவாயிருக்கிறோம். வரைவுக் கொள்கை, அடிப்படையான ஆலோசனைகள் பலவற்றினை ஒட்டுமொத்தமாக விவரித்தும், வரிசைப் படுத்தியும் தந்துள்ளது. அவற்றின் புறத்தோற்ற அளவில் வரவேற்கப்படக் கூடியவையாகவே இருக்கின்றன. எனினும், வரைவுக் கொள்கையின் எஞ்சிய பகுதிகளின் உள்ளடக்கம், தொனி இவற்றையும் சேர்த்து ஒரு முழுமை என்ற வகையில் பார்க்கும்போது, அவற்றைச் சாதிக்க முடியும் என்பதில் மிகச்சொற்பமான அளவுக்கே எதார்த்தத்தில் எதிர்பார்ப்பு உள்ளது. இவை வெறுமனே மனப்பூர்வமான அக்கரை, தீவிர முனைப்பு ஆகியவற்றை வெளிப்படுத்துவதோடு நின்று போகின்றன. எடுத்துக்காட்டாக, மனப்பாடக் கல்விமுறையிலிருந்து விலகியாக வேண்டும் என்பதையும், தேர்வுகள் வெறுமனே தகவல்களைச் சோதித்துப் பார்ப்பதற்காக நடத்தப்படக் கூடாது; மாறாக, கருதுகோள்களையும், உயர்நிலை ஒழுங்கமைந்த சிந்தனை களையும் சோதிப்பவையாக தேர்வுகள் இருக்கவேண்டும் என்பதையும் ஏற்றுக்கொள்ள மறுப்பவர்கள் யார் இருப்பார்கள்? ஆனால், இவையெல்லாம் இவ்வளவு காலமாக ஏன் நடக்காமற் போயின என்ற கேள்வி எழும் போது, இதை நிர்வாகரீதியான தோல்வியாக மட்டுமே வரைவுக் கொள்கை பார்க்கிறது; தீர்வுகளாக, வெறுமனே மேலாண்மை சார்ந்த முன் மொழிவுகளையே வழங்குகிறது.

வரைவுக் கொள்கையின் மையப்படுத்தப்பட்ட தோல்விகள் குறித்து நான் மேற்கொண்டு பரிசீலிப்பதற்கு முன்பாக, நாம் மேற்கொண்டு முன்னோக்கிப் போயாக வேண்டிய தேவை இருக்கிறது என்பதை வலியுறுத்திக்கூற விழைகிறேன். நாட்டில்

தற்போதுள்ள கல்வியமைப்பு முறை, குறிப்பாக, உயர்கல்வி – ஒரு முழுமையான பரிசீலனைக்குப்பின், ஒட்டுமொத்தப் பழுது பார்த்தல் நடவடிக்கையைக் கோரி நிற்கிறது; அதைச்செய்வதற்கு வரைவுக் கொள்கை முயன்றிருக்கிறது. அதனுடைய அடிப்படைக் கருத்துகளோடு நாம் முரண்பட்டு மோதுகிற அதே சமயம், இருக்கிற நிலைமையை அப்படியே பராமரித்துக் கொண்டு போக வேண்டு மென்று கோருகிறவர்களாக நாம் பார்க்கப்பட்டு விடக்கூடாது. இந்த அம்சத்தில், வரைவுக் கொள்கை பிரதானமான பழுதுபார்த்தல் நடவடிக்கைக்கு முயற்சி செய்திருப்பதை நாம் பாராட்டியாக வேண்டும்; அதே சமயத்தில் , சமூக நீதி இலட்சியத்தை நோக்கி மேற்கண்ட நடவடிக்கையைத் திசை திருப்புவதற்காக நாம் வாதிடுவோம்.

வரைவுக் கொள்கையின் தோல்விகள் :

1. கல்வியமைப்புமுறையின்ஒவ்வொரு மட்டத்திலும் நிலவிவரும் இடைவெளிகளைப்பற்றி அறிந்துகொண்டு, அவ ற்றுக்குத்தீர்வுகாண்பதற்கானஅதன்முயற்சிகளில், வரைவுக்கொ ள்கைநெடுகநேர்ந்திருக்கும்ஒற்றைத்தோல்விஇது: கல்வியின்ஒ வ்வொருபகுதியிலும்அணுகல்வழி, தரம், ஆளுகை. இவற்றுள், ஏற்கெனவே சொல்லப்பட்டு வந்திருக்கும் இலக்குகளை இவ்வளவு நீண்ட காலமாகியும் ஏன் நம்மால் எட்டமுடியாது போனதென்பதற்கு, எந்த ஒரு கோர்வையான , ஏற்றுக் கொள்ளத்தக்க விளக்கம் ஒருபோதும் அளிக்கப்பட்டதே கிடையாது. ("சமூக நீதி" என்ற சொல்லாடல், வரைவுக் கொள்கையில் இடம்பெறாமற் போயிருப்பது மிகத் தெளிவாகப் புலப்படுகிறது.)

எடுத்துக்காட்டிற்காக, இன்றைய பள்ளிக்கல்வியில் , "கற்றலின் சிக்கல்" பற்றிய விவாதத்தைப் பரிசீலிப்போம். வரைவுக் கொள்கையால் வழங்கப்படும் தீர்வுகளிலிருந்து, இதற்கான காரணங்களாக அது சுட்டிக்காட்டும் அம்சங்களாகத் தோன்றுபவை இவை: அ) தவறான மேலாண்மை, ஆ .) எழுத்தறிவும், எண்ணறிவும் அடிப்படையான அம்சங்கள் என்பதைக் கல்வியமைப்பு முறையில் இருப்போர் உணராமலிருப்பது, இ.) வெற்றிகரமாகச் செயல்பட முடியாத சிறிய பள்ளிகள். "கற்றலில் சிக்கல்" என்பது, பெருமளவுக்குச்

சமூக ரீதியாகவும், பொருளாதார ரீதியாகவும் ஒடுக்கப்பட்ட மக்கள் பிரிவுகள் நடுவே நிலவி வருவதும், சமூக அமைப்பில் சாதியடிப்படையிலான அசமத்துவம் ஆழமாக வேரோடி யிருக்கும் தன்மையும் கொண்ட கூர்மையான எதார்த்த நிலைமையைக் கணக்கில் கொண்டு பரிசீலித்தாக வேண்டும். இந்தப்பிரச்சனை, பள்ளி வளாகங்கள், டிஜிட்டல் தொழில்நுட்பம், தன்னார்வலர்களாக முன்வரும் ஆசிரிய உதவியாளர்கள்-போன்ற தீர்வுகளால் எதிர்கொள் எப் படக்கூடியதா? இங்கு காணாமற் போயிருக்கும் சமூக அரசியல் உறுதிப்பாடு எங்கிருந்து வரப் போகிறது.

ஒரு முழுமை என்றவகையில், "எல்லாருக்குமான தரமான கல்வி "என்ற இலட்சியத்திற்குக் கடப்பாடுடைய மிக ஆழமான உயரிய நோக்கம் கொண்ட நிர்வாகிகளால் தயாரிக் கப்பட்டுள்ள இந்த வரைவுக் கொள்கை, மிக நன்றாக எழுதப்பட்டுள்ள ஓர் ஆவணமாக அமைந்துள்ளது. எல்லா அரசியல் பிரச்சனைகளையும் இவர்கள் புறமொதுக்கிப் புறக்கணித்து விட்டிருக்கிறார்கள். அசமத்துவ நிலைமையை மேலும் தீவிரமாக்கும், விரிவுபடுத்தும் செயலில் சாதி, வர்க்கம், பாலினம் ஆகியவற்றின் மையமான வகிபாகத்தை ஏற்றுக்கொள்ள இவர்கள் மறுத்திருப்பதுடன், சமூக நடவடிக்கையை வெறும், "செயற்திறன் மிக்க நிர்வாகம்" என்பதாகக் குறுக்கியுள்ளனர்.

உண்மையில், இந்தியக் கல்வியிலிருந்து திட்டமிட்டு முறைப்படுத்தித் தலித்துகளைக் கழித்துக்கட்டி வெளியேற்றுவதற்கான சூழல் பற்றிப் பார்ப்போமானால், "பிற்படுத்தப்பட்ட ஏனைய வகுப்புகள் மற்றும் பட்டியலின சாதிகளின் சமூகங்களைச் சேர்ந்த குழந்தைகளின் கல்வி" பற்றிய அரைப்பக்க குறிப்பை மட்டுமே (பக்கம்: 148, பிரிவு: 6.3) காண முடிகிறது. இந்த 484 பக்க ஆவணத்தில், இந்தியாவின் கடந்த காலம், கல்வியில் அதன் பாரம்பரியத் தைப் பற்றி விளக்குவதற்குக் கணிசமான பக்கங்கள் ஒதுக்கப்பட்டிருக்கின்றன.

2.வரைவுக்கொள்கையின்இரண்டாவதுஆழமானதோல்வி- பொதுக்கல்வியையும், தனியார் கல்வியையும் 'ஒரே தட்டில்' இணையாகவே பாவிக்க வேண்டுமென்பதற்காக தன் ஒவ்வோர் எட்டுவைப்பிலும் இது காட்டும் அவசரம். இது உயர்கல்வியில்

இன்னும் கூர்மை யாக வெளிப்பட்டு நிற்கிறது. எந்த வரலாற்று ஆவணத்தின் அடிப்படையில் இது வேர்கொண் டிருக்கிறது என்று இவ்வாறு கூற முற்படுகிறார்கள்? இதை நியாயப்படுத்துவதற்கு, வரைவுக் கொள்கையறிக்கை எந்தவிதமான கருதுகோள்களைக் கொண்டு ஊகங்களை முன்வைத்திருக்கிறது? எதுவுமில்லை! உண்மையில், 'கல்வி லாபத்துக்கானதல்ல' என்று முழுமனதுடன் தெள்ளத் தெளிவாக வலியுறுத்தும் ஓர் ஆவணம், நாட்டைத் தொடர்ந்து இன்னல்களுக்கு ஆளாக்கிக் கொண்டிருக்கும், எவ்விதக் கடிவாளமுமற்று வானளாவிப் பரவிவரும் கல்வி வணிகமயமாக்கல் குறித்து மிகவும் சொற்ப அளவுக்கே கவனம் செலுத்தியுள்ளது. இந்த ஆழமான சமூக நோயைத் தீர்ப்பதற்கு, "மெல்லிய, ஆனால், இறுக்கமிக்க"ஒழுங்காற்று முறையின் மந்திரக்கோல் அசைக்கப்பட்டிருக்கிறது. இந்த வரைவுக் கொள்கையோ எவ்வித உண்மைத் தன்மையுமற்ற தொனியில், "தனியார் அறக்கொடை "நிறுவனங்களைப் பற்றிய வெற்றுவார்த்தைகளை இறைத்திருக்கிறது. நம்பத்தகுந்த புள்ளி விவரங்களைத் திரும்பத் திரும்பக் கோருகிற இந்த ஆவணம், நாட்டில் தனியார் கல்வித்துறையிலுள்ள வணிகத்தையும், அறக்கொடையையும் பற்றிய புள்ளிவிவரங்களைக் கோரிப்பெறவோ, பரிசீலிக்கவோ எந்த ஒரு சிறு துரும்பையும் கிள்ளிப்போட முயலவில்லை.

3. மேலும்பொது / தனியார்பிரிவினை, அரசாங்கஉதவிபெறும்தனியார் கல்வி நிறுவனங் களுடைய பிரதான பங்கு வகிப்பு பற்றிய புரிதலையோ, தெளிவையோ வெளிக்காட்ட வில்லை. கேரளா, தமிழ்நாடு போன்ற மாநிலங்களில், கல்வி வழங்குகிறவர்களாகவும் – முன்னணி நிறுவனங்களாகவும் இத்தகைய கல்வி நிலையங்கள் வரலாற்று ரீதியான பாத்திரத்தை வகித்து வந்துள்ளன; மேலும் சமுதாய உடைமையுரிமை என்பதும் அரிதான விஷயமும் அன்று. கல்விசார்ந்த நிலவெளியின் சிக்கல் நிறைந்த தன்மை, வரைவுக் கொள்கையினால் கவனத்திலேயே கொள்ளப்படவில்லை.

4. இந்தப்புதிய கொள்கையில், மிக உயரிய அதிகாரம் படைத்த "ராஷ்ட்ரீய சிக்ஷா ஆயோக்" (தேசியக் கல்வி ஆணையம்) என்ற ஓர் அமைப்பு பிரதமரின் தலைமையில்

உருவாக்கப்படப் போகிறது . இதனால் மிகத் தீவிரமான மையப்படுத்தல் நிகழப் போகிறது . நாடுமுழுவதற்குமான பாடப்புத்தகங்களைக் கூட மைய அமைப்பான என்.சி.இ.ஆர்.டி. தான் உருவாக்குமாம்! மாநிலங்கள் அவற்றைச் "சுவீகரித்துக்" கொண்டு "உள்ளூர்" வேறுபாடுகளை (வேண்டுமானால்) சேர்த்துக்கொள்ளலாம்.

5. கல்வி என்பது, இனிப் பொதுப்பட்டியலுக்குக் கொண்டுபோகப்பட்டு விடும் நிலையில், வரைவுக் கொள்கையில் மாநிலத் தன்னாட்சி அதிகாரம் என்பது துளியும் கவனத்திற் கொள்ளப்படவேயில்லை. இதன் உள்ளார்ந்த பொருளாகத் தெரியும் அனுமானம் என்னவெனில், "எல்லா நல்ல அம்சங்களும் மத்தியிலிருந்துதான் பாய்ந்து வருகின்றன; மாநிலங்களெல்லாம் அதிகபட்சம் தடைக் கற்களாகத் தானிருக்கின்றன. "என்பதுதான். கல்வியின் எல்லா நிலைகளிலும், ஆளுகை பற்றிய எல்லா விவாதங்களிலும் – நல்லவையாக இருப்பவை அனைத்தும் டெல்லியிலிருந்துதான் பிரவாகமாகப் பாய்ந்து வருகின்றன என்றும், மாநிலங்கள் அனைத்தும் வெறும் தொண்டூழியம் புரியும் சேவகர்களாக மட்டுமே பங்காற்றும் என்றும்தான் ஒரு சித்திரம் தீட்டப்பட்டிருப்பதாகத் தோன்றுகிறது. மாநிலங்களிலிருந்து மைய அரசு கற்றுக் கொள்வதற்கும்சாத்தியங்கள் இருக்கின்றன என்பதையோ, அல்லது மாநிலங்களே கூட தமது சொந்த விருப்பத்தின் பேரில் ஒத்துழைக்க முன்வரும் சாத்தியங்களும் உள்ளன என்பதையோ இந்த வரைவு அறிக்கை துளியும் கருத்திற் கொள்ளவில்லை. இந்த அணுகுமுறை, அதுவும், அளவற்ற பன்முகத்தன்மை கொண்ட ஒரு நாட்டில்!

6. STEM மற்றும் மானுட வாழ்க்கை சார்ந்த பொருண்மைகள், கலைகள் குறித்து வரைவுக் கொள்கை மிக நீளமாகப் பேசியிருக்கிறது; இவற்றின் நீட்சியடைந்த, விரிந்த ஒன்றிணைப்புக்கு அழைப்பு விடுத்துள்ளது; பன்முகத்தன்மை வாய்ந்த நிறுவனங்களுக்காக மிக வலிமையான தொனியில் வாதிட்டுள்ளது; ஆனால், எல்லாவற்றிலும் பிரம்மாண்டமாய் இருப்பவை சமூக அறிவியல்கள். "விமர்சனப்பூர்வமான சிந்தனை" பற்றி தொடர்ச்சியாகப் பரப்புரை செய்யப்பட்டிருப்பது கூட ஓர் அருபப் பண்புடையதாகவே இருக்கிறது. சமூகம், ஜனநாயகம், அதிகாரம் – இவை பற்றிய விமரிசனப்பூர்வமான

புரிதல், வரைவுக் கொள்கையில் ஓரிடத்தில் கூடச் சித்தரிக்கப்படவில்லை. கோத்தாரி குழு முன்வைத்திருந்த, "கற்றுக் கொண்டிருக்கும் சமுதாயம்" சமூக வளர்ச்சி மேம்பாடு குறித்த விமரிசனத்தின் மூல வளமாகப் பல்கலைக்கழகம் "போன்ற தொலைநோக்குப் பார்வை மிக்க அம்சங்கள், இந்த வரைவுக் கொள்கையில் முற்றிலுமாகக் காணப்படவில்லை.

7. வரைவுக் கொள்கையில் மிகவும் வெட்டவெளிச்சமாகக் காணப்படும் சீரற்ற, முரண்பட்ட அம்சங்கள் இடம்பெற்றுள்ளன. நான்காண்டு கால, எட்டு செமஸ்டர் இடைநிலைப் பள்ளி என்பது தேர்வுகளில் ஒரு தீவுப்பகுதியாயிருக்கும். இந்த நிலையை அடைவதற்கு முன்பு, ஆசிரியரும், பள்ளியும் மதிப்பீடு செய்வதற்கான அதிகாரமுடையவர்களாக உள்ளனர். பிறகு, பட்டம் வழங்கும் நிறுவனங்களாகிவிட வேண்டுமென்பதற்காகக் கல்லூரிகள் பெருமுயற்சி மேற்கொள்கின்றன. ஆனால், இந்த நான்கு வருடங்களின்போது, நாம் பெறுவதெல்லாம் வாரியத் தேர்வுகள் மட்டுமே. அதன்பிறகு, உயர்கல்வி நிறுவனங்களுக்கான தேசிய நுழைவுத் தேர்வுகளைப் பெறுகிறோம். எனில், பள்ளிகளின் சுயாளுகைத் தகுதி, திறன் கட்டமைக்கும் நடவடிக்கைகள் பற்றி இதுவரையிலும் கூறப்பட்டு வந்தவை எல்லாமும் என்னவாயின? ஒவ்வொரு செமஸ்டருக்கும் மூன்று வாரியத் தேர்வுகளை எழுதுவதற்கான விருப்பத் தேர்வுரிமை மாணவருக்கு இருக்கிறது என்பதென்னவோ உண்மைதான். இவை தவிர, வேறு தேர்வுகளே இருக்காதா அல்லது எஞ்சியவை பள்ளித் தேர்வுகளாக இருக்குமா? பள்ளிகளைப் பொறுத்தவரை, அவை ஏற்பாடுகள் தொடர்பான கொடுங்கனவுதான். (இவை, வரைவில் சித்தரிக்கப் பட்டுள்ளவாறு பார்த்தால் மிகப்பெரிய பள்ளிகளாயிருக்கும்.) மேற்கண்ட விருப்புரிமைத் தேர்வு வழிமுறையில் மாணவருடைய தேர்வு எவ்வளவாக இருக்கும்? பள்ளியினுடையது எவ்வளவு இருக்கும்? இதை யார் மேற்பார்வை செய்வது? நியாயமான தேர்வை உறுதி செய்வது யார்? இவ்வாறு மேற்பார்வையிட்டு முடிவு செய்வதற்கான அளவைகள் / நிபந்தனைகள் எவை?

சிறிய பள்ளிகள் செயற்திறனற்ற, வென்றிகரமாக செயல்பட முடியாதவை என்று வரைவு கூறுகிறது. மேலும் பள்ளி

வளாகங்களை அடிப்படை அலகாக முன்மொழிகிறது. நகர்ப் புறங்களிலும், புற / அரை – நகரப்பகுதிகளிலும் நிலவும் பின்னணிச்சூழல்களில், உண்மை யில் இது நியாயமானதே; பட்டியலிடப்பட்டுள்ள ஆதாயங்களில் பலவற்றை இது வழங்கவும் கூடும். ஆனால், வரைவுக் கொள்கை, தான் எதை விமர்சனம் செய்திருக்கிறதோ அதே குறைபாட்டினால், "எல்லாக் கால்களுக்கும் ஒற்றை அளவுச்செருப்பே பொருந்தும்"என்று சாதிக்க முற்படுகிற ஒரு நோயினால் (நாடு முழுவதிலும் உள்ள பள்ளி வளாகங்களை அடிப்படை அலகாக வழங்குகிற போது) துன்புறுகிறது. மிகவும் வெவ்வேறுபட்டு அமைந்திருக்கிற புவியியல் ரீதியான பிரதேசங்களை நாம் பெற்றிருக்கிறோம்; அங்கு அணுகல் வசதி ஒரு குறிப்பிடத்தக்க பிரச்சனை. அருகில் அமைந்துள்ள தொடக்கப்பள்ளிகளை முடிவிட்டு, அதிகத் தொலைவிலுள்ள பள்ளிவளாகத்தை வழங்க முன்வருவது, பிரச்சனையை இன்னும் தீவிரமாக்கவே செய்யும். சிறப்புப் போக்குவரத்து வசதிகள், சைக்கிள்களை வழங்கு வது பற்றிய பேச்சுகள் (பருவமழை மாதங்களில்? வடமாநிலப்பகுதிகளின் குளிர்காலங்களில்?) வெற்று ஆரவார வாக்குறுதிகளாகவே தோன்றுகின்றன. விவசாய வேலைகளில் அன்றாடக் கூலிக்கு உழைக்கும் தலித் பெற்றோரின் குழந்தை, தனக்காக இத்தகைய வசதிகள் செய்து தரப்பட வேண்டுமென்று கோருவதற்கு மிகச்சொற்ப அளவுக்கே வாய்ப்பைப் பெற முடியும்.

8. "நடப்பு நிகழ்வுகள்" கல்வியைப் பற்றி வரைவுக் கொள்கை பேசுகிற அதே வேளையில், நம்மை எதிர்கொண்டு அச்சுறுத்தி வருகிற மிகப்பெரிய பிரச்சனைகளாகிய பின்வரும் ஆபத்துகளைப் பற்றி மிக சொற்பமான கரிசனம்தான் வெளிப்படுத்தப்பட்டிருக்கிறது . சுற்றுச்சூழல் சார்ந்த மூலவளங்கள் குறித்த தன்னுணர்வு, காலநிலை மாற்றத்தோடு போராடி வெல்லுவது, தண்ணீர் பெறுவதற்கான அணுகல் வசதி, இன்ன பிற பிரச்சனைகள்; இருபத்தோராம் நூற்றாண்டில், கல்வியின்மீது இப்பிரச்சனைகள் ஏற்படுத்தக்கூடிய தாக்கம். இத்தகைய சவால்களை எதிர்கொண்டு சமாளிப்பதற்கு நமது குழந்தைகளைத் தயார் செய்யும் பொருட்டு, அவர்களுடைய கற்றலை மறு வடிவமைப்புச் செய்ய வேண்டிய தேவையும் கடமையும் நமக்கு இருக்கிறது.

9. "தர அடிப்படையிலான" ஓர்அமைப்புமுறை பற்றி திரும்பத் திரும்பக் குறிப்பிடப்படுகிறது: இட ஒதுக்கீட்டு முறைக்கு இந்தத் 'தரம்' பற்றிய அதீத அழுத்தம் எந்தவகையில் முக்கியத் துவம் உடையதாயிருக்கிறது என்பது தெளிவற்றதாய் உள்ளது. உண்மையில், இந்தச் சொல்லாடல் எந்தப் பொருளில் பயன்படுத்தப் பட்டுள்ளது என்பதுகூடப் புதிராகவே உள்ளது.

10. வாரியத் தேர்வுகளின் அமைப்புமுறையைச் சீர்திருத்தியாக வேண்டிய மிக அவசர அவசியத் தேவை உள்ளது. இவை "உயர்நிலைப் போட்டிச்சூழல் தேர்வுகள் "போன்ற நிலையை உருவாக்குவதால் அளவுக்கு மீறிய அழுத்தம் உண்டாகிறது. எட்டு செமஸ்டர்களுக்கு, ஒவ்வொரு செமஸ்டருக்கும் தலா மூன்று வாரியத் தேர்வுகளாக மாற்றுவதால், போட்டிகளின் அழுத்தம் எப்படிக் குறையும் அல்லது சிறப்புத் தனிப்பயிற்சிகளை எப்படி ஒழிக்கும்? குழந்தைகள் நான்கு ஆண்டுகள் வரை வாரியத் தேர்வுகளை எழுதப்போகிறார்கள்; அவர்களின் திரளும் தேர்ச்சித் திறன்களே இன்னமும் அவர்களுடைய எதிர்காலத்தைத் தீர்மானிக்கப் போகிறவையாக இருக்கும். இந்த "உயர்நிலைப் போட்டிச்சூழல்" பிரதானமாக மிக வரையறைக்குட்பட்ட அளவிலேயே நல்ல, தரமான இளநிலைப் பட்டப்படிப்புத் திட்டங்கள் இருக்கிற காரணத்தினாலேயே அவசியமாகப்படுகிறது. இத்திட்டங்களுக்குக் கடுமையான, பெரிய அளவிலான போட்டி நிலவுகிறது. மேலதிகமாக , வரைவு அறிக்கை, வாரியத்தேர்வுகளில் "உயர்நிலை வரிசைத் திறன்கள் " மட்டுமே சோதிக்கப்படப் போகின்றன என்று வெகு எளிதாகக் கூறுகிறது. இந்த நாள் வரையிலும், இதைச் செய்யக்கூடாது என்று வாரியத்தைத் தடுத்துக் கொண்டிருந்தது எது? இப்போது அதில் என்ன மாறிவிட்டிருக்கிறது?   11. வரைவுக் கொள்கை, நடைமுறைப்படுத்துதல் சார்ந்த தன்னுணர்வுடையதாகவே அ தி க ப ட் ச ம்   இ ரு க் கி ற து . ஆயினும், "திறந்த – புத்தகத் தேர்வுகள்" – போன்ற சில சிறிய சொல்லாடல்கள் ஆங்காங்கே வீசி எறியப்பட்டுக் கிடப்பதை நாம் பார்க்கிறோம்; அதிலும், மனப்பூர்வமான அக்கறையின்றி, வெற்று ஆரவார முழக்கங்களாகவே இவை அனேகமாக அமைந்திருப்பதைக் காண முடிகிறது. நாடு முழுவதிலும் மேற்கண்ட " திறந்த புத்தகத் தேர்வுகள்" மூலம்

குறைந்த பட்சம் ஒரு சதவீத அளவுக்கேனும் மதிப்பீடு செய்யப்படுவதை உறுதிப்படுத்த நம்மால் முடிந்தால், இளநிலைப் பட்டப்படிப்பு வகுப்புகளுக்கு மட்டுமே இது என்று நாம் இவற்றைக் கட்டுப்படுத்தி நடத்த முடிந்தால்கூட, நமது கல்வியமைப்பு முறைக்கு அது மாபெரும் அடிவைப்பாக, அணுகுமுறை மாற்றங்களிலும் – திறன்களைக் கட்டமைக்கும் தேவைகளிலும் அது அமைவதை நாம் காணமுடியும். வரைவுக் கொள்கை ஆவணத்தின் ஆசிரியர்கள், இந்தப்பணியின் பிரம்மாண்டமான பரிமாண அளவைப் பற்றி அறிந்து, புரிந்து கொண்டவர் கள்தாமா என்று மேற்கண்ட பகுதியின் எழுத்து ஒருவரை ஆச்சரியப்படச் செய்யும்.

எல்லா அம்சங்களின் ஊடாகவும், சிறந்த, சிறு எண்ணிக்கையிலான மேட்டுக்குடி நிறுவனங்களில் பயன்படுத்தப்பட்ட முற்போக்கான நடவடிக்கைகள், ஓட்டுமொத்த மிகப்பெரும் கல்வியமைப்புக்கும் பொருந்தும் என்ற செய்தி விடுக்கப்பட்டிருப்பதை நாம் காண்கிறோம். இவையெல்லாம் ஒரே சீராகப் பெருகிப் பயன்தரும் என்று மவுனமாக ஊகித்துக் கொண்டிருப் பார்கள். நாடு முழுவதிலும் உள்ள நம்முடைய மாணவர்கள் இத்தகைய கல்விசார் அனுபவங் களுக்குத் தகுதி படைத்தவர்களாக வேண்டும். இது மிகநல்ல நோக்கம் கொண்ட புனைவுத் தோற்றம்தான்; ஆனால், முற்றிலும் வணிகமயமாக்கப்பட்டு விட்ட, ஊழல் மலிந்த, சாதிய ஒடுக்குமுறைகளால் வழி நடத்தப்படும் கள எதார்த்தக் குப்பைகளை வேகமான, எளிதான ஒரு துடைப்பத்தைக் கொண்டு நாம் பெருக்கி அள்ளித் தூய்மைப்படுத்திவிட முடியுமா?

உண்மையில், பரிந்துரைக்கப்பட்டுள்ள நடவடிக்கைகளை ஒன்றையடுத்து இன்னொன்றாகப் படித்துக் கொண்டே வருகையில், -- வகுப்பறைச் செயல்முறை, மதிப்பீடு, ஆசிரியர் தன்னாட்சி, பட்டம் வழங்கும் நிறுவனங்களாக மாறுவதற்குக் கல்லூரிகள் எடுக்கும் பெருமுயற்சி , கல்விப்புல அறிஞர்களுக்கும், தொழிற்துறை வல்லுனர்களுக்குமிடையே வலிமை மிக்க உறவு --- நாம் மிகப்பெரும் ஆச்சரிய உணர்வுக்கு ஆளாகி விடுகிறோம். இந்த வரைவுக் கொள்கை செவ்வாய்க் கிரகத்தில் அமைந்திருக்கக்கூடிய ஒரு நாட்டுக்காக என்றே

வடிவமைக்கப்பட்ட ஒன்றா? இந்த அதிகபட்ச மக்கள்தொகையைக் கொண்ட நம் நாட்டைப் பற்றியா நாம் இதில் பேசியிருக்கிறோம்? சமூக, பொருளாதாரப் பிளவுகளால் ஆழமாக முடக்கப்பட்டுக் கொண்டிருக்கிற, அளவற்ற வறுமையோடும் சாதிய வன்முறைகளுடனும் போராடிக் கொண்டிருக்கிற, வேலையில்லாமையும் – குறை வேலைவாய்ப்புகளும் ஏராளமான அளவுக்குப் பரவியிருக்கிற, வேலைகள் கடினமானவையாக மாறிவிட்ட, ஒரு கவுரவமான வாழ்க்கையை நடத்திச் செல்லுவதற்கே இயலாத நிலையில் பலர் அந்தச் சவாலை எதிர்கொள்ளத் திறனற்றிருக்கும் ஒரு நாட்டிற்காகவா இந்த வரைவுக் கொள்கை மூலம் நாம் பேசுகிறோம்? கல்விக்கொள்கைக்கு , இத்தகைய ஓர் அவலநிலை ஏன் எப்படி உருவானது என்பதற்குரிய காரணங்கள் பொருத்தமற்றவையாகத் தோன்றுகின்றனவா?

நாம் நம்பிக்கையுடையவர்களாக இருந்தாக வேண்டிய தேவையுள்ளது. நம்முடைய தற்போதைய நிலையினால் நெருக்கடிக்கு ஆளாகிவிடாத ஒரு புதிய தொலைநோக்குப் பார்வையை வழங்க வேண்டியவர்களாகவும் இருக்க வேண்டியுள்ளது. ஆனால், கற்பனை செய்யப்பட்ட ஒரு கடந்த காலத்தில் வேர் பிடித்து நிற்கும் தன்மை, அரசியல் எதார்த்தத்தைப் புறக்கணிக்கும் அணுகுமுறை, புதிய – தாராளமயப் பொருளாதாரத்தின் அறிவிப்புகளை விமர்சனமேதுமின்றி ஏற்றுக் கொண்டிருப்பது – இவையெல்லாம் கல்வி பற்றிய ஆழமான சீரழிவுத் தன்மை வாய்ந்த ஒரு கொள்கையில் போய் முடிந்திருக்கின்றன.

அரசியல் சட்டமும் புதியக் கல்விக் கொள்கை வரைவும்

ச.சி.இராஜகோபாலன்

உச்சநீதிமன்றம் தனது புகழ்பெற்ற கேசவாநந்தா தீர்ப்பில் அரசியல் சட்டத்தின் ஆதார அடிப்படைகளைக் குறைக்கவோ, நீக்கவோ முடியாதென்று அளித்த தீர்ப்பு மக்களுக்கு அளிக்கப்பட்ட வலிமையான பாதுகாப்பாகும். பின்னர் வெளிவந்த தீர்ப்புகளின் அடிப்படையில் ஜனநாயகம், கூட்டாட்சி, சமத்துவம், சமநீதி, மதச்சார்பின்மை, தனிநபர் சுதந்திரம், சட்டத்தின் மேன்மை ஆகியவை ஆதார அடிப்படைகளாக அடையாளப்படுத்தப்பட்டுள்ளன. இவற்றிற்கு முரண்பட்ட செயல்களும், சட்டங்களும் செல்லாதவையாகும்.

1950 முதல் 76 ஆம் ஆண்டுகளில் கல்வி மாநிலப் பட்டியலில் இருந்தது. அப்பொழுது தமிழ்நாடு நாட்டிலேயே மிகச் சிறந்த கல்வியை அனைவர்க்கும் தந்த பெருமை பெற்றது. 1964 ஆம் ஆண்டிலேயே பள்ளிக் கல்வி முழுமையும் கட்டணமில்லாதும், அனைத்து ஆசிரியர்களும் முழுத் தகுதி பெற்றவராகவும் திகழும் நிலை அடைந்தது. இதற்குக் காரணம் கல்வித் திட்டம் வகுக்கவும் செயல்படுத்தவும் மாநிலங்களுக்கு இருந்த முழு உரிமை. 1976 ஆம் ஆண்டில் கல்வி பொதுப் பட்டியலுக்கு மாற்றப்பட்டாலும் மாநில உரிமைகளில் தலையீடு இல்லாதிருந்தது. மத்திய அரசு எஸ்.எஸ்.ஏ போன்ற திட்டங்களை நடைமுறைப்படுத்தியது. அவற்றால் மாநில அரசிற்குப் பாதிப்பேதுமில்லை. ஆனால் பா.ஜ.க. அரசு வந்தது முதல் மாநிலங்களின் உரிமைகளைப் பறிப்பதிலேயே தீவிரமாக உள்ளது. பொதுப் பட்டியலில் இருக்கும் பொருள்கள் பற்றி மாநில, மத்திய அரசுகளுக்கு சம உரிமைகள் இருந்தாலும் மத்திய அரசின் சட்டத்திற்கு முரணான மாநிலச் சட்டமோ, செயல்பாடோ செல்லாது பொதுப் பட்டியலில் உள்ளதை மத்தியப் பட்டியலில் உள்ளது போலக் கருதுவது கூட்டாட்சித் தத்துவத்திற்கு முரணானது. மாநில அரசுகளோடு கலந்து முடிவெடுக்க வேண்டுமென்ற நடைமுறை தவிர்க்கப்பட்டது. பா.ஜ.க.வின் இந்த அணுமுறைக்கு வலு கூட்டும் வகையில்

வரைவறிக்கையை மேலோட்டமாக ஒரு பார்வையிட்டேன். ஆழமாகப் படிக்கவில்லை. முந்தைய கல்விக் கொள்கையின் நோக்கங்கள் நிறைவேற்றப்பட்டனவா, இல்லையென்றால் ஏன் என்பது பற்றி அறிக்கையில் எக்கருத்தும் இல்லை. குழு எந்த அரசு தொடக்கப்பள்ளியையோ சென்று பார்த்ததாகவும் தெரியவில்லை. நேரில் சென்று பார்த்தால் தானே நிறை குறைகள் தெரியும். அவர்கள் சந்தித்த அமைப்பினர், சான்றோர் பட்டியலைப் பார்த்தேன். கோத்தாரிக் கல்விக் குழுவினரது பட்டியலையும் பார்த்தேன். வேறுபாடுகள் தெள்ளத்தெளிவாக விளங்கியது. மாணவர் இயக்கம் ஒன்றே ஒன்றோடு உரையாடியிருக்கின்றார்கள். அது ஆர்.எஸ்.எஸ். உடன் சம்பந்தப்பட்ட ஏ.பி.வி.பி ஆகும். வேறு எந்த மாணவர் அமைப்பையும் சந்திக்கவில்லை. ஒரே ஒரு ஆசிரியர் அமைப்பைத் தவிர பிற எந்த ஆசிரியர் அமைப்புகளோடும் உரையாடல்களோ, வாதங்களோ நடைபெறவில்லை. காலங்காலமாக கல்வி உரிமைக்காகப் போராடிய இயக்கங்கள், கல்வியாளர்கள் எவரும் பட்டியலில் இல்லை. எழுத்து வடிவாகப் பெறப்பட்ட வாக்குமூலங்கள், கருத்துரைகள் பற்றி அறிக்கையில் தெரியப்படுத்தவில்லை. மாற்றுக் கருத்துகள் தெரிவிக்கப்பட்டிருந்தால் அவற்றை நிராகரிக்கக் காரணங்களும் அறிக்கையில் இடம்பெறவில்லை.

பெங்களூரைச் சார்ந்த பல கல்வி நிறுவனங்கள், அமைப்புகள், பிரமுகர்கள்(!!) ஆகியோர் தான் பெரும்பான்மையோர். தமிழகத்தைப் பொறுத்தவரை சென்னை ஐ.ஐ.டி.யின் முன்னாள், இந்நாள் இயக்குநர்கள் இருவர், திருச்சி ஐ.ஐ.எம். இயக்குநர், சி.எம்.சி. வேலூரைச் சார்ந்த மூவர், வேலூர் ஜி.விஸ்வநாதன் ஆகியோரைத் தவிர ஒரிருவர் பெயர்களே பட்டியலில் காணப்படுகின்றன. தமிழகத்தைச் சார்ந்த முன்னாள், இந்நாள் துணைவேந்தர்கள், கல்வியாளர்கள், சமூகப் பணியாளர்கள் ஒருவரையும் குழு சந்திக்கவில்லை. எந்த நிறுவனத்தையும் சென்று பார்க்கவில்லை. அகில இந்திய அளவிலும் கல்விப் போராளி பேரா.அனில் சடகோபால், ஏ.ஐ.எஃப்.ஆர்.டி.ஈ யின் பொறுப்பாளர்கள், முன்னாள் தேசிய பெண்கள் ஆணையத்தின்

தலைவரும் கல்விப் போராளியுமான பேரா.சாந்தா சின்ஹா, பேரா.வசந்தி தேவி, மக்கள் கல்வியில் கள அறிவு பெற்ற ஒருவரையும் சந்திக்கவில்லை.

எனவே இவ்வறிக்கை நாட்டின் உண்மை நிலையை அறிய முற்படாது தமது சொந்த கருத்துகளைத் திணிக்கும் முயற்சியே என்று நான் கருதுகின்றேன். முழுமையாக அறிக்கையினை நிராகரிக்கின்றேன்.

புதிய தேசிய கல்விக் கொள்கை வரைவு பரிந்துரைகள் செய்துள்ளது.

ஒரு நாட்டை அடிமைப்படுத்திட அதன் மொழி, கல்வி ஆகியவற்றைக் குலைத்து ஆதிக்க சக்திகளின் தேவையை நிறைவு செய்யுமாறு மாற்றப்பட வேண்டும் என்று வரலாறு சுட்டுகின்றது. மும்மொழிக் கல்வி என்ற ஆயுதத்தினை எடுத்திருப்பது வியப்பன்று. மேற்கத்திய நாடுகளில் நடத்தப் பெற்ற ஆய்வுகளின் அடிப்படையில் மூளையின் 85% வளர்ச்சி பள்ளி வருமுன்னரே ஏற்பட்டுவிடுவதாகவும், குழந்தைகளுக்கு இயற்கையாகவே மொழி கற்கும் திறன் உள்ளதென்றும் வரைவறிக்கை கூறி தம் பரிந்துரைகளை சொல்லியிருப்பது ஏற்கத்தக்கதல்ல. நம் நாட்டில் செய்யப்பட்ட எந்த ஆய்வும் இம்முடிவுகளை உறுதிப்படுத்தவில்லை. மாறாக சத்துணவில்லாது குழந்தைகளின் மூளை வளர்ச்சி வெகுவாகப் பாதிக்கப்பட்டுள்ளது என்று மருத்துவம் உள்ளிட்டப் பல ஆய்வுகளும் வெளிப்படுத்தியுள்ளன. மொழி அறிவது வேறு, மொழி கற்பது வேறு. குழந்தை தாயிடமிருந்து தாய்மொழியையும், விளையாடும் பொழுது சக தோழர்களிடமிருந்து அவர்களது மொழிச் சொற்களையும் அறிகின்றாள். உரையாட சிறிது தெரிந்திருந்தாலும் படிக்கவோ, எழுதவோ தெரியாது. மொழி அறிந்திருப்பதாகக் கூறுவது தவறு. வரைவறிக்கை இவ்வேறுபாட்டினை அறியாது பொதுப்படையாகத் தன் முடிவுகளுக்கு வாதம் சேர்க்க முற்பட்டது பிழைபட்டதாகும்.

அரசியல் சட்ட முகமெனில் கூறப்பட்டுள்ள சோசலிசத்திற்கு முற்றிலும் மாறுபட்டது வரைவறிக்கை. சமத்துவம், சமநீதிக் கொள்கைகளை முற்றிலும் நிராகரிப்பதே பல தேர்வுகள்.

தேர்வுகளின் முக்கிய நோக்கம் விலக்கலே என்பதை கடந்த கால அனுபவங்களினின்று அறிகின்றோம். உயர்கல்வியில் சேர பரிந்துரைக்கப்பட்ட அனைத்திந்திய நுழைவுத் தேர்வு பெரும்பாலான மாணவர்க்கு உயர்கல்வியை மறுக்கக்கூடும். படித்த பெற்றோரோ, வீட்டில் கல்விச்சூழலோ இல்லாத மாணவர் கடும் உழைப்பின் மூலம் முன்னேறுகின்றார். அவர் ஓட்டத்திற்குத் தடைக்கல்லாகும் நுழைவுத் தேர்வுகள்.

ஒட்டுமொத்தமாக அரசியல் சட்ட அடிப்படைகளுக்கு முற்றிலும் மாறாக உள்ள இவ்வரைவினைக் குப்பைகூடையில் வீசுவதே நமது கடமை. ◆

ஒரு பொதுப் பள்ளி முறைமையை பற்றி அவர்கள் பேசவில்லை

பிரின்ஸ் கஜேந்திரபாபு
சந்திப்பு: சிந்தன்

கே: ஹிந்தியை ஒரு மொழியாக பாட மொழியாக கற்றுக் கொடுக்கிறோம் என்று மத்திய அரசு சொல்லும் பொழுது அதற்கு ஒரு பெரிய எதிர்ப்பு... இது கல்விக்குள்ளே அரசியலைப் புகுத்துவது போன்று இல்லையா?

ப: அது எப்படி ஒரு மொழிக்கு மட்டும் நீங்கள் முக்கியத்துவம் கொடுப்பீர்கள்?

கே: தமிழ் படியுங்கள். இங்கிலீஷ் படியுங்கள். ஏதோ ஒரு நாட்டு மொழியை படிக்கிறீங்க.. ஹிந்தியையும் படிங்க...

ப: ஆங்கிலத்தில் படிக்க வேண்டும் என்று நான் கேட்கவே இல்லையே... நீங்கள்தான் சொல்கிறீர்கள். உயர்கல்விக்கு வர வேண்டும் என்றால் ஆங்கிலத்தில் படிக்க வேண்டும் என்று சொல்லி ஆங்கிலத்தை ஒரு அறிவு சார்ந்த விஷயத்தோட தொடர்புபடுத்துவதே அரசுதான்.

கே; ஆங்கிலம் படித்தால் வெளிநாடுகளுக்கு போக முடியுது.

ப: ஆங்கிலம் படித்தால் பிரான்ஸுக்குப் போக முடியாது. ஜெர்மனிக்கு போக முடியாது நீங்க ஜெர்மனிக்கு போக வேண்டுமென்றால் உங்களுக்கு ஜெர்மன் மொழி தெரிய வேண்டும். அங்கே போய் நீங்கள் பிஎச்டி பண்ண வேண்டுமென்றால் ஜெர்மன் மொழியைக் கற்றுக் கொண்டு வர வேண்டும் என்று சொல்கிறார்கள். பிரான்ஸுலயும் அப்படித்தான். ஏன் இங்கிலாந்துக்குள்ளே இருக்கிற அயர்லாந்துக்கோ, ஸ்காட்லாந்துக்கோ போக வேண்டுமென்றால் ஸ்காட் மொழி, ஐரிஷ் மொழி இவற்றைத் தெரிந்து கொண்ட பிறகுதான் போக முடியும். இங்கிலாந்திற்குப் போக வேண்டுமென்றால் அந்த போனடிக்ஸ் தெரிய வேண்டும். அதற்குண்டான தனியான

பயிற்சி, அந்த டெஸ்டில் பாஸ் பண்ணினால்தான் அங்கே போய் படிப்பதற்கான வாய்ப்பு இருக்கிறது எனவே இப்படி நம்மை நாமே ஏமாற்றிக் கொள்ள வேண்டிய அவசியமில்லை

கே: இந்தியா முழுக்க மூன்று மொழி. ஹிந்தி படிக்கிறவர்களும் வேறு இரண்டு மொழி படித்துத்தான் ஆக வேண்டும். அப்படி இருக்கும் பொழுது தமிழ்நாடு மட்டும் இதை எதிர்க்க வேண்டுமென்றால், அதற்கு என்ன காரணம்?

ப: தமிழ்நாட்டில் இருந்து ஒரு குரல் வந்தது. பிற மாநிலங்களில் இருந்து அந்தக் குரல் வரவில்லை என்றால் உடனே இது தமிழ்நாட்டுப் பிரச்சனை என்று பார்க்க முடியாது. நாம் கேட்பது அருணாசலப்பிரதேசத்தில் இருக்கக்கூடிய, திரிபுராவில் இருக்கக்கூடிய, மேகாலயா, மணிப்பூரில் இருக்கக்கூடிய, நாகாலாந்தில் இருக்கக்கூடிய அந்த மக்களுடைய தாய்மொழியைக் காக்கின்ற போராட்டத்தைப் பற்றி நாங்கள் பேசுகிறோம். இந்தியாவில் இருக்கக்கூடிய இந்திய மொழிகள் அனைத்திற்கும் முக்கியத்துவம் கொடுக்கவில்லை என்று சொன்னால், அந்த மொழிகள் போய் விடாதா? ஒரு மொழி கற்பித்தலுக்கு உண்டான மொழி என்று நீங்கள் சொல்லவில்லை என்றால் அந்த மொழி எப்படி நிற்கும்? பயன்பாட்டில் இல்லாமல் போய் விடுமே. அப்படி பயன்பாட்டில் இல்லாமல் போய் விட்டால், அந்த மொழி அழிந்து போய் விடுமே. எனவே இந்தியாவில் இருக்கிற அனைத்து மொழிகளுக்கும் சமமான கற்றல் வாய்ப்பைக் கொடுங்கள் என்று சொல்கிறோம்.

கே: பிற மொழியைத் தெரிந்து கொள்வதால் என் தாய்மொழி எப்படி பாதிக்கப்படும்?

ப: தேவையையொட்டி ஒரு மொழியை யார் வேண்டுமென்றாலும், எப்போது வேண்டுமென்றாலும் படித்துக் கொள்ளலாம். அதில் தப்பே கிடையாது. மூன்று வயதில் தேவை இருந்தால் ஒரு மொழி படியுங்கள். ஐந்து வயதில் தேவையிருந்தால் படியுங்கள். பத்து வயதில் தேவையிருந்தால் படியுங்கள். தேவையை ஒட்டி நானாகவே படிப்பது வேறு. இந்த மொழியைப் படி என்று கட்டாயப்படுத்துவது வேறு. எங்கே கட்டாயப்படுத்தலாம் என்றால் தாய்மொழியிலே கல்வி என்பதைக் கட்டாயப்படுத்த வேண்டும். அதனால்தான் இந்திய

அரசியல் சட்டத்தின் பிரிவு 350Bயில், ஒரு மாநிலத்தில் சிறுபான்மை மொழி பேசக்கூடிய மக்கள் இருந்தால் அவர்கள் மொழி தான் பயிற்றுமொழியாக இருக்க வேண்டும் என்று சொல்லப்பட்டுள்ளது. ஒரு மாநிலத்தின் சிறுபான்மை மொழி பேசக்கூடிய மக்களுக்கே அவர்கள் மொழிதான் பயிற்று மொழியாக இருக்க வேண்டும் என்று சொன்னால், பெரும்பான்மை மக்கள் எந்த மொழியில் பயில வேண்டும்?

கே: அப்படி என்றால் நீங்கள் இரு மொழிக் கொள்கையும் தப்பு, மும்மொழிக் கொள்கையும் தப்பு என்கிறீர்களா?

ப: தாய்மொழி வழியிலே கல்வியைக் கொடுத்து விட்டு, குழந்தைக்குத் தேவைப்படக்கூடிய அல்லது குழந்தையின் சூழலில் இருக்கின்ற எத்தனை மொழியை வேண்டுமென்றாலும் கற்கின்ற வாய்ப்பை அந்தக் குழந்தைக்கு நீங்கள் கொடுக்க வேண்டும். ஆனால் இந்த மொழியைத்தான் படிக்க வேண்டும் என்று கட்டாயப்படுத்தக் கூடாது. *curriculum*ல் இந்த மொழியைப் படிக்க வேண்டுமென்று கட்டாயப்படுத்தக் கூடாது. 1920இல் சென்னை மாகாணத்தில் ஒரு சட்டம் இயற்றினார்கள். அதற்கு 1924இல் விதிகளை அமைத்தார்கள். அந்தச் சட்டத்தின் விதிகளைப் பார்த்தால் ஒன்றாம் வகுப்பிலிருந்து ஐந்தாம் வகுப்பு வரை தமிழ் மட்டுமே பயிற்று மொழி. தாய்மொழி மட்டுமே. தெலுங்குகாரர்கள் என்றால் தெலுங்கு. தமிழ்காரன் என்றால் தமிழ். தாய்மொழி மட்டுமே பயிற்று மொழி.. ஆறாம் வகுப்பிற்குப் பிறகு ஆங்கிலம் என்பது ஒரு விருப்பப்பாடம். எப்போது என்று கேட்டால், பிரிட்டிஷ்காரர்கள் ஆட்சி செய்து கொண்டிருந்த காலகட்டத்திலே பிரிட்டிஷ்காரர்களிடம் வேலை செய்ய வேண்டுமென்றால், இங்கிலீஷ் தெரியாமல் வேலை செய்ய முடியுமா என்ற கேள்வியை யாரும் அப்போது எழுப்பவில்லை.

கே: இருமொழிக் கொள்கையை வலியுறுத்துபவர்கள் என்ன சொல்கிறார்கள் என்றால், ஆங்கிலம் படித்ததால் தமிழ்நாட்டைச் சேர்ந்தவர்கள் வெளிநாடுகளுக்கெல்லாம் போக முடிந்திருக்கிறது. ஐடி கம்பெனியில் வேலை செய்ய முடிகிறது. அதுவே தவறு என்றுதான் நீங்கள் சொல்ல வருகிறீர்களா?

தன்னுடைய தாய் மொழியில் படிக்க வேண்டும் என்று நடந்த போராட்டத்தில் நான்கு மாணவர்கள் கொல்லப்பட்ட அந்த தினத்தைத் தான் நாம் உலக தாய்மொழி தினம் என்று சொல்லி உலகம் முழுக்க அனுசரித்துக் கொண்டு இருக்கிறோம். தமிழ்நாட்டில் எழுந்த போராட்டம்கூட அது தாய்மொழி தமிழுக்காக எழுந்த போராட்டம். எனவே பின்னால் வந்த அதனுடைய பரிணாமங்கள் எப்படி வேண்டுமென்றாலும் இருந்திருக்கலாம். இன்றைக்கு நாம் வைக்கக்கூடிய வாதம் என்னவென்றால், பயிற்றுமொழி தாய்மொழியாக இருக்க வேண்டும். கூட இன்னுமொரு மொழி, அது ஆங்கிலத்தை கற்பதனால் உடனடியாக சந்தையில் எனக்கு வேலை கிடைக்கும்.. சந்தையின் தேவைக்காக நான் ஒரு மொழி படிக்கிறேன் என்பது போன்ற ஒரு சூழல் இருந்தால் இன்னொரு மொழியை அவர்கள் படித்துக் கொண்டு போகட்டும். ஆனால் மூன்றாவது ஒரு மொழியை கட்டாயப்படுத்தி திணிக்காதீர்கள் என்றுதான் சொல்கிறோம். அதுவும் குறிப்பாக ஒரு மொழியை மட்டுமே நீங்கள் படிக்க வேண்டும் என்று சொல்வதை நாங்கள் திணிப்பு என்பதாக மட்டுமே நாங்கள் பார்க்கிறோம்.

கே: கல்விக் கொள்கையைத்தான் ஒரு பிரச்சனையாக எல்லோரும் சொல்கிறார்கள். இதுதான் அந்த வரைவு அறிக்கையில் வந்திருக்கிற ஒரு பகுதி. ஓட்டு மொத்தத்தில் அந்த வரைவு அறிக்கை எப்படி இருக்கிறது?

ப: இன்றைக்குகூட இந்திய அரசியலமைப்புச் சட்டத்திலே அட்டவணை ஏழில் மிகத் தெளிவாக மாநில மத்திய அரசினுடைய பங்களிப்பு பற்றிச் சொல்லும்போது பல்கலைக்கழகத்தை உருவாக்குதல் ஒழுங்குபடுத்துதல், கலைத்தல் என்ற உரிமை மாநில அரசுக்கு இருப்பதாகச் சொல்லப்பட்டிருக்கிறது. மத்திய அரசிற்கு இல்லை என்று சொல்லப்பட்டிருக்கிறது. இன்றைக்கு வரைக்கும் அரசியலமைப்புச் சட்டம் அப்படித்தான் இருக்கின்றது. இந்த புதிய கல்வி கொள்கை என்ன செய்கிறது என்று கேட்டால், மாநில அரசாங்கத்திடம் இருக்கின்ற இந்த உரிமைகளை மத்திய அரசு எடுத்துக் கொள்கிறது துணைவேந்தர் நியமனத்தில் இருந்து, பேராசிரியர்கள் நியமனம் வரைக்கும் அனைத்திந்திய

அளவில் ஒரு ரிஜிஸ்டர் மெயிண்டெய்ன் பண்றதுக்கு அவர்கள் முயற்சிக்கிறார்கள். ஒரு நேசனல் கமிசன் பற்றி பேசுகிறார்கள். இன்னும் நாம் அந்த வரைவைப் படிக்க வேண்டியிருக்கிறது. அதை விவாதிக்க வேண்டிய அவசியம் இருக்கிறது. பிரதமர் தலைமையில் என்று சொல்கிறார்கள். இப்போழுது செகண்டரி, ஹையர் செகண்டரி என்று வைத்திருக்கிறோம். 9லிருந்து 12 வரைக்கும் ஒரே பேட்டர்னா, ஒரு கோர்ஸா கொண்டு வருவது, எப்போது வேண்டுமென்றாலும் உங்கள் வசதிக்கேற்றவாறு நீங்கள் தேர்ச்சியடைந்து கொள்ளலாம் என்ற விஷயங்களெல்லாம் பேசி விட்டு, ஹையர் செகண்டரி முடித்த பிறகு, நேஷனல் டெஸ்டிங் ஏஜென்சியில் உங்களுடைய ஆப்டிட்யூடை டெஸ்ட் பண்ணிக் கொள்வது போல ஒரு டெஸ்ட் நீங்கள் எழுதிக் கொள்ள வேண்டும். அந்த ஸ்கோரை வைத்துக் கொண்டு நீங்கள் எந்தக் கல்லூரியில் சேர வேண்டும் என்பதைத் தீர்மானிப்பார்கள். அந்தக் கல்லூரிகளுக்கு அந்த ஸ்கோரை அனுப்பி விடுவார்களாம். அந்தக் கல்லூரி அதை வைத்து உங்களுக்கு அட்மிசன் கொடுத்து விடுமாம். இப்போது நீங்கள் என்ன செய்ய வருகிறீர்கள் என்றால், தமிழ்நாட்டில் தமிழ்நாடு அரசு உருவாக்கிய பல்கலைக்கழகங்கள் தங்களுடைய மாணவர்களுக்கான தகுதியைத் தீர்மானிக்க முடியாது. அவர்களுடைய மாணவர்களுக்கான தகுதியை யார் தீர்மானிக்கப் போகிறது என்றால் நேஷனல் டெஸ்டிங் ஏஜென்சி தீர்மானிக்கப் போகிறது. அப்படி என்றால் நீங்கள் நேரடியாக மாநில அரசின் உரிமைகளைப் பறிக்கிறீர்கள். இன்னும் அதிலே என்ன சொல்கிறார்கள் என்றால், ஒரு காலகட்டத்திலே யுனிவர்சிட்டி டிகிரி கொடுத்துக் கொண்டிருந்தது இல்லையா, இப்போது அப்படி இருக்கப் போவதில்லை. கல்லூரியே டிகிரி கொடுத்துக் கொள்ளலாம். இது போன்ற விஷயங்கள் எல்லாம் அதிலே இருக்கிறது. கல்லூரிகளுக்கும், பல்கலைக்கழகத்திற்கும் இடையே ஓர் அடிப்படை வித்தியாசம் இருக்கிறது. பல்கலைக்கழகம் என்பது ஆய்வுத் துறையோடு சேர்ந்தது. அது ஆய்வுக்கானதுதான். கல்லூரி என்பது படிப்புக்கானது. இரண்டிற்கும் இடையே ஒரு வித்தியாசம் இருக்கிறது இதற்கும் அதற்கும். அதனால்தான் இதை பல்கலைக்கழகம்னு வைத்திருக்கிறோம். அதை கல்லூரி என்று வைத்திருக்கிறோம். சந்தையில் ஆசிரியர், கல்லூரி, பல்கலைக்கழகம் எல்லாருக்குமே

ஒரே பெயர்தான். Service Provider. இங்கே யுனிவர்சிட்டி ஸ்டூடென்ட், காலேஜ் ஸ்டூடென்ட் அப்படி எல்லாம் வித்தியாசம் கிடையாது. எல்லோரும் கன்ஸ்யூமர்தான். யுனிவர்சிட்டியில் ஹையர் எஜுகேசன் கிடையாது. அது வெறுமனே commodityதான். தேவையான அளவு எடுத்துக் கொள்ளலாம் இது போன்ற ஆபத்துக்கள் இதற்குள்ளே நிறையவே இருக்கிறது.

கே: பள்ளிக் கல்வி மேம்படுமா?

ப: பள்ளிக் கல்வியை சிதைக்கிறார்கள் இப்பொழுது இருக்கிற பள்ளிக்கல்வியை வலுப்படுத்தி அடுத்த லெவலுக்கு கொண்டு போக வேண்டும். ஆனால் இப்போது பள்ளிக் கல்வியை சிதைக்கின்ற வேலையை அவர்கள் செய்கிறார்கள். சென்சஸ் எக்சாமினேசன் என்று சொல்கிறார்கள். அது என்ன சென்சஸ் எக்சாமினேசன் என்பதை நாம் இன்னும் ஆழமாக பார்க்க வேண்டிய அவசியமிருக்கிறது. continuous and comprehensive evaluation என்று சொன்னார்கள். அதில் ஓர் அர்த்தம் இருக்கிறது. அதாவது ஒரு மாணவர் ஒவ்வொரு நாளும் என்ன திறன்களை வளர்த்துக் கொண்டே இருந்தார் என்பதைப் பார்ப்பது. நேற்று வரைக்கும் அவர் புத்தகத்தையே தொடமாட்டார். ஆனால் இன்றைக்கு அந்தக் குழந்தை புத்தகத்தை கையில் எடுக்கிறது. அப்படியென்றால் ஒரு படி முன்னேற்றம் ஒரு குழந்தை வேகமாக முன்னேறி விடும், ஒரு குழந்தை தங்கி தங்கி முன்னேறும் அதற்குத் தகுந்தாற் போல வயதுக்குத் தகுந்தாற்போல் அந்த குழந்தைக்கு நாம் கற்றல் ஆர்வத்தை உண்டாக்கி வருவதே ஒரு பள்ளியினுடைய வேலை என்று சொன்னார்கள். ஆனால் இப்போழுது அவர்கள் என்ன சொல்கிறார்கள் என்றால், இன்புட் மெதடுக்குப் பதிலாக அவுட்புட் மெதட் என்று சொல்கிறார்கள். இன்புட் மெதட் என்பது, ஒரு பள்ளிக்கூடத்தை எடுத்துக் கொண்டால், அந்தப் பள்ளிக்கூடத்திலே லைப்ரரி இருக்கும். லைப்ரேரியன் இருப்பார். நூல்கள் இருக்கும். செய்தித்தாள் இருக்கும். எல்லாம் இருக்கும். ஆசிரியர் இருப்பார். ஒரு பள்ளிக்கூடத்திற்குத் தேவையான அனைத்தையும் செய்து கொடுத்து விடுகிறீர்கள். இது இன்புட். நீங்கள் தர வேண்டிய அனைத்தையும் கொடுத்து விட்டீர்கள். இப்போழுது இவர்கள் என்ன சொல்கிறார்கள்

என்றால், லேர்னிங் அவுட்கம்மை வைத்து தான் உங்களுக்கு வசதிகள் செய்து கொடுப்போம் என்கிறார்கள். அதாவது கற்றல் திறனுக்கேற்றவாறு... ஒரு குழந்தை மிக மெதுவாக கற்றால் என்னவாகும்...? எல்லோருக்கும் ஒரே நேரத்தில் கற்றல் திறன் வெளிப்பாடு வரும் என்று எப்படி எதிர்பார்க்கிறீர்கள்? கற்றல் திறன் வெளிப்பாடு என்பது மாவட்டத்திற்கு மாவட்டம் மாறுபடும். மாவட்டத்திற்குள்ளே இருக்கின்ற கிரமத்திற்கு கிராமம் மாறுபடலாம். மாநிலத்திற்கு மாநிலம் மாறும். இது பண்பாடோடு சம்பந்தப்பட்டது. அந்த லெவலில் இருந்து தான் கற்றல் திறன் வெளிப்பாட்டை நீங்கள் பார்க்க வேண்டும். கற்றல் திறன் வெளிப்பாட்டிற்கு ஓர் இண்டர்நேசனல் பெஞ்ச் மார்க், ஒரு நேசனல் பெஞ்ச் மார்க் என்று வைப்பது எப்படி நியாயமாக இருக்க முடியும்? இந்த ஆவணத்திலே அவர்கள் பேசுகின்ற அந்த அவுட்புட் மெதட் என்பது, நிதி ஆயோக்கின் மூன்று வருட திட்டம், ஏழு வருட திட்டம், பதினைந்து வருட திட்டத்தைப் படித்தீர்கள் என்றால், அதிலே இருக்கின்ற சொல்லாடல் இதிலும் இருப்பதை நீங்கள் பார்க்கலாம்.

கே: மத்திய அரசு கையில் எடுத்துக் கொள்வதால், நிதி நிறைய கிடைக்கும் என்று எதிர்பார்க்கலாமா?

ப: தமிழ்நாட்டைப் பொறுத்த வரைக்கும், அதுமாதிரி மகாராஷ்ட்ராவிலேயும் ஒரு சட்டம் இருக்கிறது. தனியார் பள்ளி கட்டணம் ஒழுங்குபடுத்துதல் சட்டம். அதன் கீழ் ஒரு குழு. அதுதான் பள்ளியின் கட்டணத்தைத் தீர்மானித்து கொடுக்கிறது. அதற்கு மேல கட்டணம் வசூல் பண்ணினால், அதற்கு நடவடிக்கை எடுக்கலாம் என்று சொல்லப்பட்டிருக்கிறது. விசாரிக்கும் அதிகாரம் அரசுக்கு இருப்பதாகச் சொல்லப்பட்டிருக்கிறது. புதிய கல்விக் கொள்கையிலே கட்டணங்களை தனியார் பள்ளிகளே தீர்மானித்துக் கொள்ளலாம் என்று சொல்கிறார்கள். அப்படியென்றால் பள்ளிகளை ஒழுங்குபடுத்தக்கூடிய அந்த உரிமையை மாநில அரசுகள் இழக்கின்றன. கல்வி என்பது வியாபாரம் ஆகிறது. தனியார் பள்ளிகள் எவ்வளவு வேண்டுமென்றாலும் கட்டணம் வாங்கிக் கொள்ளலாம் என்று சொல்வது கட்டண உயர்வுக்குத்தான் வழிவகுக்கும். நான் இவ்வளவு செலவு செய்வேன் என்று அரசு சொல்லவேயில்லை. இவ்வளவு பணத்தை நீங்கள் செலவு

பண்ணுங்க, இவ்வளவு பள்ளிகள் தேவைப்படுது, கட்டமைப்பை உருவாக்குங்கள் அப்படி எல்லாம் இதில் சொல்லப்படவேயில்லை. மாறாக அவர்கள் சந்தையிடம் கொடுப்பதற்கு, எந்தப் பள்ளி பலவீனமான பள்ளி என்பதைக் கண்டு பிடியுங்கள். பலவீனமான பள்ளியை பலமான பள்ளியோடு இணைத்து விடுங்கள். இரண்டு பள்ளிகள் இருக்கின்றன. பலவீனமான பள்ளியைக் கொண்டு போய் பலமான பள்ளியோடு இணைக்கிறீர்கள் என்றால் ஒரு பள்ளியை மூடுகிறீர்கள் என்றுதான் அர்த்தம். இரண்டாவது பல அடுக்கு கல்வி முறை. பல அடுக்கு கல்விமுறை என்ன செய்கிறது என்று கேட்டால், சமூகத்தில் இருக்கக்கூடிய ஏற்றத்தாழ்வுகளை நியாயப்படுத்துகிறது. பல அடுக்குகள் என்றால் வசதியே இல்லாதவர்களுக்கு ஒரு மாதிரி, கொஞ்சம் ஐநூறு ரூபாய் இருக்கிறது என்றால் அவனுக்குத் தகுந்த மாதிரி ஒரு பள்ளிக்கூடம். கொஞ்சம் வசதியுடன் 10 ஆயிரம் ரூபாய் இருந்தால் அதற்குத் தகுந்த மாதிரி பள்ளிக்கூடம். ஒரு லட்சம் கட்டினால் இன்னொரு மாதிரி பள்ளிக்கூடம். இதெல்லாம் மாற்றி ஒரு பொதுப் பள்ளி முறைமையை பற்றி அவர்கள் பேசவில்லை.

கே: விவாதத்திற்கு வழி செய்து கொடுத்து விட்டோம். இனி வந்து நீங்கள் கருத்து சொன்னீர்கள் என்றால் நாங்கள் ஜனநாயகப்பூர்வமாக இதை எடுத்துக் கொள்வோம் என்று அரசு சொல்கிறது. இப்போதுகூட இது வரைவுதான். பயப்படாதீர்கள் என்று சொல்கிறது. அதை நம்புகிறீர்களா?

ப: முதலில் என்னுடைய மொழியில் நீங்கள் அந்த வரைவை கொடுத்து இருக்க வேண்டும். தமிழ்நாட்டில் இருந்து கேட்கிறீர்கள். குஜராத்திலிருந்து கேட்கிறீர்கள். மராத்தியில் இருந்து கேட்கிறீர்கள் என்றால் என்னுடைய மொழியில் நீங்கள் கொடுக்கவில்லை. என்னுடைய மொழியில் கொடுக்காமல் என்னை கருத்து சொல்லச் சொல்கிறீர்கள். அதுவே ஒரு வன்முறை. இப்போது அதை யார் மொழி பெயர்ப்பார்கள்? நான் ஒவ்வொருவரிடமாக போய் இதை மொழி பெயர்த்துக் கொடுங்கள் என்று கேட்க வேண்டும். இல்லையென்றால் ஆங்கிலம் யாருக்குத் தெரியுமோ அவர்கள் மட்டும் கருத்து சொன்னால் போதும் என்பது ஒரு அராஜகமான செயல் இல்லையா? இதுவே ஜனநாயகத் தன்மையற்ற ஒரு

அணுகுமுறை. டிசம்பர் மாதம் 2018இல் அந்த குழு அறிக்கை அரசிடம் கொடுக்கப்பட்டிருக்கிறது. 2018 டிசம்பர் மாதம் கொடுத்த அறிக்கையை ஏன் ஐந்தரை மாதமாக வெளியிடாமல் வைத்திருந்தீர்கள்? ஐந்தரை மாதம் வெளியிடாமல் இருந்து விட்டு, ஜூன் மாதம் ஒன்றாம் தேதி வெளியிட்டு ஜூன் 30க்குள் நீங்கள் கருத்து கேட்கிறீர்கள். முப்பது நாட்களுக்குள் அந்த 484 பக்கத்தை வாசிக்க வேண்டும். புரிந்து கொள்ள வேண்டும். மொழி பெயர்க்க வேண்டும். அதற்குப் பிறகு நான் கருத்து சொல்ல வேண்டும் என்றால், முப்பது நாள் இடைவெளி என்பது நியாயமான இடைவெளியா? 2016இல் ஓர் ஆவணம் வெளியிட்டார்கள். அதன் மீது கடுமையான விவாதம் நடந்தது. அதன் மீது கடுமையான கருத்து சொல்லப்பட்டது. அதில் என்னவெல்லாம் இருந்ததோ, அதனுடைய விரிவாக்கம்தான் இந்த வரைவு. அதிலிருந்து அவர்கள் எதையும் கற்றுக் கொள்ளவில்லை. அந்த எதிர்ப்புகளை அவர்கள் உள்வாங்கிக் கொள்ளவில்லை.

இதெல்லாம் தப்பு என்று... உதாரணத்துக்கு ஒன்று சொல்கிறேன். சமஸ்கிருதத்தைப் பற்றி இவர்கள் பேசுகிறார்கள். என்ன சொல்கிறார்கள் என்றால் இந்திய மொழி வளர்ச்சிக்கு சமஸ்கிருதம் மிகப் பெரிய பங்களிப்பு செய்திருக்கிறது. இந்திய மொழி வளர்ச்சி... நான் கேட்கிறேன். தமிழ் தெலுங்கு கன்னடம் இவையெல்லாம் திராவிட மொழிக் குடும்பத்தைச் சார்ந்தவை. மற்ற மொழிகள் எல்லாம் இந்தோ-ஆரிய மொழிக் குடும்பத்தை, இந்தோ-ஐரோப்பிய மொழிக் குடும்பத்தைச் சார்ந்தவை என்று சொல்கிறார்கள். பல மொழிக் குடும்பங்களைச் சேர்ந்த மொழிகள் இந்தியாவில் பேசப்பட்டு வருகின்றன. அது எப்படி... இந்திய மொழி வளர்ச்சிக்கு சமஸ்கிருதம் எப்படி உதவியது? இது ஒரு மிகப்பெரிய கேள்வி. அடுத்து பண்பாட்டு ஒருமைப்பாட்டுக்கு சமஸ்கிருதம் உதவியிருக்கிறது என்கிறார்கள். இங்கே வெவ்வேறு பண்பாடு. இந்தியாவிற்குப் பெயரே யூனியன் ஆஃப் ஸ்டேட்ஸ். பல மாநிலங்களைக் கொண்டது. காரணம் பல பண்பாடுகள். தமிழ்ப் பண்பாட்டில் தோற்றத்தைப் பற்றிய தொன்மக் கதையே கிடையாது மனிதன் எப்படி தோன்றினான் என்கிற தொன்மக் கதை தமிழில் கிடையாது. ஆனால் வடக்கில் அந்த தொன்மக் கதை உண்டு. ஒருவருடைய

ஒவ்வொரு நரம்புகளில் இருந்து ஒவ்வொரு நரம்பிலிருந்து ஒவ்வொரு பிரிவு மக்கள் தோன்றினார்கள். தலையில் இருந்து, புஜத்தில் இருந்து என்று தோற்றத்தைப் பற்றிய தொன்மக் கதைகள் வடக்கில் இருக்கிறது. ஆனால் இங்கே இல்லை. பண்பாடே வேறுபடுகிறது. அப்படியென்றால் சமஸ்கிருதம் எப்படி பண்பாட்டு ஒருமைப்பாட்டுக்கு பயன்பட்டது என்று சொல்கிறீர்கள்? சமஸ்கிருதத்தை பண்பாட்டு அடையாளமாக, இந்திய பண்பாட்டு அடையாளமாக பார்க்க நீங்கள் முயற்சி செய்கிறீர்கள். மற்ற மொழிகளை பிற செம்மொழிகள் என்கிற அடைமொழிக்குள்ளே கொண்டு வருகிறீர்கள். சமஸ்கிருதத்திற்கு தனி அந்தஸ்து கொடுத்து விட்டு, மற்றவற்றை பிற செம்மொழிகள் என்று சொல்கிறீர்கள். இதைப் பற்றியெல்லாம் ஏற்கனவே 2014இல் விமர்சனம் கூறப்பட்டது. இப்படிச் சொல்லக்கூடாது. அரசியலமைப்புச் சட்டம் பிரிவு 14இன் படி அனைத்து மொழிகளையும் சமமாக நடத்துங்கள். *The Right to Equality* என்றால் அனைத்து மொழிகளையும் சமமாக நடத்த வேண்டும். அதற்கும் அது பொருந்தும் என்ற விவாதம் இருக்கிறது. அதையெல்லாம் உள் வாங்கிக் கொள்ளவில்லையே... அந்த ஆவணத்திலே என்ன இருந்ததோ, அதைத்தான் இந்த ஆவணத்திலேயும் சொல்ல அவர்கள் முயற்சி செய்கிறார்கள் என்கிற போது இதுவரை அவர்கள் ஜனநாயகத் தன்மையுடன் நடந்து கொள்ளவில்லை

கே: இப்படி நினைத்துக் கொள்ளலாமா? நாம் வெளியிலே நிறைய பேசுகிறோம். ஆனால் திருத்தம் அனுப்பும் போது, நம்மை விட வடக்கில் இருப்பவர்கள் நிறைய அனுப்புகிறார்கள். அவர்கள் அவர்களுடைய கருத்துக்களை அதிகமாகச் சொல்கிறார்கள். நாம் அறிவுத் தளத்திலே இதைச் செய்வதற்கு திருத்தங்களை அனுப்புவதற்கு, அரசோட மோதுவதற்கு நாம் வந்து....

ப: 2016இல் லட்சக்கணக்கான திருத்தங்கள் தமிழ்நாட்டில் இருந்து போய் இருக்கிறது. சின்ன சின்ன குக்கிராமங்களில் போய் நான் பேசி இருக்கின்றேன். தமிழ்நாட்டிலே கண்ணுக்குத் தெரியாத, எனக்கு அறிமுகம் இல்லாத நபர்கள்... அவர்கள் அழைத்து நாங்கள் போய் பேசியிருக்கிறோம். ஊர்க்கூட்டங்கள் நடத்தி இருக்கிறோம். விவாதங்கள் நடத்தி இருக்கிறோம். பல

ஊர்களிலிருந்து தீர்மானங்கள் போயிருக்கிறது. மிகப் பெரிய அளவில் *representation* கொடுத்திருக்கிறோம். தொடக்கத்திலிருந்தே கொடுத்திருக்கிறோம். 2016இல் வெளியிட்ட உடனே முதலில் நாங்கள் கொடுத்ததற்கு பிரதமர் அலுவலகத்திலிருந்து எங்களுக்கு கடிதமே வந்திருக்கிறது. நீங்கள் சொன்னதை ஏற்றுக் கொண்டு பிற மொழிகளில் மொழி பெயர்த்து நாங்கள் வெளியிடுகிறோம் என்று சொல்லி ஒன்பது மொழிகளில் மொழி பெயர்ப்பு வெளியிட்டார்கள். கால அவகாசத்தை நீட்டினார்கள். ஜூலை 31 என்று கொடுத்திருந்தார்கள். அந்த கால அவகாசத்தை நீட்டி செப்டம்பர் மாதம் வரைக்கும் கருத்து சொல்லலாம் என்று கால அவகாசம் கொடுத்தார்கள். தமிழ்நாட்டில் இருந்து அதிகப்படியான *representation* *official*ஆகப் போய் இருக்கிறது. கருத்தரங்கங்கள் மிக அதிக அளவில் நடந்திருக்கிறது. ஆர்ப்பாட்டங்கள் நடந்திருக்கிறது. கலெக்டர் மூலமாக மனுக்கள் பிரதமர் அலுவலகத்திற்கு அனுப்பப்பட்டு இருக்கிறது. எனவே மனுக்கள் முறைப்படி போகவில்லை அப்படி என்று சொல்வது எந்த வகையிலும் நியாயம் இல்லை. எல்லா வகையிலும் போய் இருக்கிறது. 2016 நவம்பர் 17 தமிழ்நாட்டினுடைய முழுமுயற்சியின் காரணமாக டெல்லியிலே மிகப் பிரம்மாண்டமான பேரணி நடந்திருக்கிறது. ஆர்ப்பாட்டம் நடந்திருக்கிறது. டெல்லி கல்வி அமைச்சர் உட்பட அனைத்து கட்சியின் தலைவர்களும் அந்த ஆர்ப்பாட்டத்தில் வந்து பங்கேற்று இருந்திருக்கிறார்கள்.

கே: இதைத் தடுக்க வேண்டுமென்றால் சாதாரண குடிமக்கள் என்ன செய்ய வேண்டும்?

ப: கிராமசபை கூட்டங்களைக் கூட்டச் சொல்லலாம். தேவையையொட்டி.. இப்போது குடியரசு தினத்தன்றைக்கு, மகாத்மா காந்தி பிறந்த நாளன்றைக்கு கிராமசபை கூடுகிறது. சுதந்திர தினம் அன்றைக்கு கூடுகிறது. அதுபோல, கல்வியைப் பற்றி விவாதிக்க வேண்டும் என்று கிராமசபை கூட்டங்களைக் கூட்டி தீர்மானங்கள் நிறைவேற்றலாம். மாணவர் அமைப்புகள், ஆசிரியர் அமைப்புகள் இருக்கின்றன. இந்த அமைப்புகள் அமைப்புரீதியாக... பொதுமக்கள் என்று பொத்தாம் பொதுவாகச் சொல்ல முடியாது. தமிழ்நாடு அரசுக்கு ஒரு பொறுப்பு இருக்கிறது. தமிழ்நாடு அரசு தமிழ்நாட்டில் உள்ள

பேராசிரியர்கள், தமிழ்நாட்டில் உள்ள ஆசிரியர் அமைப்புகள்... பல்கலைக்கழக, கல்லூரி ஆசிரியர் அமைப்புகள்., பள்ளி ஆசிரியர் அமைப்புகள் இவர்களைக் கூப்பிட்டு அவர்களது கருத்துக்களைக் கேட்க வேண்டும். அழைப்பு கொடுத்து கேட்க வேண்டும். இப்படி மக்களிடமிருந்து கருத்துக்களைக் கேட்டு, அதை தொகுத்து தமிழ்நாடு அரசு இந்திய அரசிடம் கொடுக்க வேண்டும். இதற்கெல்லாம் கால அவகாசம் வேண்டுமென்றால், கால அவகாசம் வேண்டுமென்று தமிழ்நாடு அரசு மத்திய அரசுக்கு கடிதம் எழுதி கால அவகாசத்தைக் கோரிப் பெற்று தனது கருத்தைத் தெரியப்படுத்த வேண்டும். 62ஆவது கேட் மீட்டிங் நடந்தது. அந்த கேட் மீட்டிங்கில் அப்போது செல்வி ஜெயலலிதா அவர்கள் முதலமைச்சராக இருந்தார்கள் அப்போது மாஃபா பண்டியராஜன் அவர்கள் பள்ளிக் கல்வி அமைச்சராக இருந்தார். அவர் போய் பழைய கல்விக் கொள்கையிலே இதற்கு அடிப்படை ஆவணமாகப் பார்க்கப்படுகிற *Some Inputs for Draft national Education Policy*இல் பல விஷயங்களை எதிர்த்திருக்கிறார்கள். இதெல்லாம் தமிழ்நாடு அரசால் ஏற்க முடியாது என்று சொல்லி இருக்கிறார்கள். எனவே இவர்கள் அன்று செல்வி ஜெயலலிதா இருக்கும் போது சொன்ன செய்திகள் இருக்கின்றன. எதிர்கட்சிகள் இருக்கின்றன. எதிர்கட்சிகளுடன் கலந்து ஆலோசிக்க வேண்டும். சட்டமன்றத்திலே சிறப்பான விவாதத்தை நடத்த வேண்டும். இப்படி பல வகையில் இந்திய அரசிற்கு இந்தக் கருத்துகளைச் சொல்லலாம். நாம் விரும்பக் கூடியது என்பது அருகமைப் பள்ளி அமைப்பில் தாய்மொழி வழியில் பொதுப்பள்ளி முறைமை மூலமாக கல்வி வழங்கப்பட வேண்டும். 1968 ஆவணத்தை, கல்விக் கொள்கையை, மும்மொழிக் கொள்கையைப் பற்றிப் பேசும் போது இந்த அரசு பேசுகிறது. அதே 1968 ஆவணத்தில் *Common School*ஐப் பற்றி பேசப்பட்டிருக்கிறது. பொதுப்பள்ளி முறைமை பற்றி பேசப்பட்டிருக்கிறது. அதைப் பற்றி ஏன் இவர்கள் பேச மாட்டேன் என்கிறார்கள்? எனவே அருகமைப் பள்ளி அமைப்பில் தாய்மொழி வழியில் பொதுப்பள்ளி முறைமை மூலமாக கல்வி வழங்கப்பட வேண்டும் என்பதுதான் மெய்யான கல்வி உரிமையாக இருக்க முடியும். அந்தக் கல்வி உரிமைக்கான ஒரு ஒட்டுமொத்த குரலாக தமிழ்ச் சமூகம் எழ வேண்டும். ◆

இந்தியக் கல்வியின் இருண்டகாலம்

ஆயிஷா. இரா. நடராசன்

இந்தியா என்கிற பரந்துபட்ட தேசத்தில் அதனை தனது ஏதேச்சதிகார ஆளுகைக்குள் வைத்திருந்த ஆங்கிலேயர்கள் தங்களது வியாபார தொழிற்புரட்சி சுரண்டலுக்கு வசதியாக பூகோள அமைப்பில் ஒத்தே வராதபோதிலும இந்திய தீபகற்பத்தை ஒரே காலனிய எல்லைகளாக தங்கள் சட்டப்படி உருவாக்கினார்கள். கல்விக்குழுக்கள் 1820களில் இருந்தே அமைக்கப்பட்டு வருகின்றன. நோக்கம் ஒன்றே ஒன்றுதான் அந்ததந்த ஆட்சியாளர்கள் மக்களில் எந்த பிரிவினருக்கு எந்தவகை கல்வி என தீர்மானிக்கிறார்கள். கல்வி அற்றம் காக்கும் கருவி என்பது வள்ளுவர் வாக்கு. கல்வி ஆட்சி அதிகாரத்தின் கருவி என்பதே அரசியல்வாக்கு. அதற்குத்தான் பாரதி 'தேடுக் கல்வி இலாத ஊரை தீயனுக்கு இரையாக்குவோம்' என்று ஆவேசப்பட்டான்.

'அதிகார வர்க்கத்தின் கண்ணிற்குப் புலப்படாத சாட்டை, அடிமைச் சங்கிலிதான் கல்வி எனும் அதிகாரம்' என்றார் இடதுசாரி கல்வியாளர் ஆண்டனியோ கிராம்சி. போதனைகளையும் கட்டளைகளையும் 'கல்வி' எனும் இனிப்பு தடவி வழங்குவார்கள் என்றார் அவர். புராதன காட்டுமிராண்டித்தனமான பாகுபாட்டு மதவெறியைக்கூட நாட்டுப்புற கலை- பாரம்பரியம் (Folklore – Tradition) என்று மாற்றி அறிவிக்கப்படாத சட்டமாக்கும் வசதி முதலாளியக் கல்வியில் உள்ளது எனும் அவரது கருத்தை (In Search of Educational Principle) சிறை நாட்குறிப்புகளில் வாசித்தபோது நான் வியந்துபோனேன். எத்தனை பெரிய உண்மை?!

எனவே எல்லாக் கல்விக்குக்குழுக்களுமே அதிகாரத்தில் இருப்பவர்களால் ஏதோ ஒரு நோக்கத்தின் அடிப்படையில் அமைக்கப்பட்டவையே. இதுவரை வாழ்ந்த கல்வி சிந்தனையாளர்கள் கல்வியின் வரைவிலக்கணம் பற்றியும், அதன் இலக்குகள் பற்றியும் பல்வேறு கோணங்களில் தம் கருத்துக்களை வெளியிட்டுள்ளனர். ஆயினும் எல்லாரும்

கருத்துவேறுபாடு இல்லாமல் ஏற்றுக்கொள்ளும் கருத்து பிரஜைகளின் நடத்தையை மாற்றும் சாதனமே கல்வி என்பதாகும். 'சமூக அமைப்பில் கல்வி என்பது பொருளாதார அமைப்பு எனும் அடித்தளத்தின் மீது நிறுவப்படும் அதிகார மேல்கட்டமைப்பின்ஒரு கூறு' என்கிறது. 1847ல் வெளிவந்த கம்யூனிஸ்ட் கட்சி அறிக்கை எவ்வளவு நிதர்சனமான உண்மை? 'சாதாரண மக்களிடமிருந்தும் உழைப்பாளி மக்களிடமிருந்தும் கல்வியை எவ்வளவுக்கெவ்வளவு விலகி இருக்குமாறு செய்யலாம் என திட்டமிடுவதே – நிலப்பிரபுத்துவ அமைப்பின் கல்விக்கொள்கை' என்று லெனின் எழுதினார். (நம் பள்ளி பற்றி 1913- கட்டுரை)

இந்திய கல்வியில் பெரிய தாக்கத்தை ஏற்படுத்திய கல்விக் குழுக்கள்- அந்தந்த காலத்தின் ஆட்சி அதிகார குழுவின் கல்விநோக்கப்படி அமைக்கப்பட்டவை. 1835ல் மெக்காலே முன்மொழிந்த கல்வியின் நோக்கம் என்ன? அதன் நோக்கம் ஆங்கிலேயர் ஆட்சியின் எடுபிடிகளை உருவாக்குதல், கணக்காளர் மற்றும் எழுத்தர் பணி செய்யத்தகுதிவாய்ந்த இந்தியர்களை உருவாக்குதல் 1853 சார்லஸ் உட்ஸ் கல்விக்குழு வந்தது. மேற்கண்ட மெக்காலே கல்வியை கண்காணிக்க கல்வி போதனா துறையை ஏற்படுத்தி கல்விக்கு அதிகாரிகளை வழங்கியது ஆங்கிலேயர்களுக்கான அடிமை சமூகத்தை உருவாக்கும் நோக்கத்தை ஆங்கிலேய ஆதிக்க அரசை ஏற்கும் அதற்கு அடிபணிந்து நடக்கும் காலனிய பிரஜையை உருவாக்குதல் என்பதே அக்கல்விக்குழுவின் நோக்கம் 1883ல் வந்த ஹண்டர் கமிஷன் கிருத்துவமதத் திணிப்பு, கல்வியை ஆங்கிலேயர்கள் தரும் சான்றிதழ் கொண்டு அடையாளப்படுத்துதல், பள்ளிக்கல்வியை இந்திய சுதந்திர போராட்டத்திற்கு எதிரான அமைதி ஆயுதமாக்கல் போன்ற மறைமுக நோக்கங்கள் கொண்டது. தேர்வுகளை அது அறிமுகம் செய்தது. சீருடை ராணுவத்திற்கு மட்டுமல்ல பள்ளிக்கும்தான் என அறிவித்தது. இப்படி ஆங்கிலேயர்கள் முன்மொழிந்த கல்விக்குழுக்கள் யாவுமே காலனிய அடிமை பிரஜைகளை உருவாக்குவதை நோக்கமாகக் கொண்டு வெற்றியும் கண்டன. அந்தக் கல்வி முறைப்படி உருவான எதையும் எதிர்த்து கேள்வி எழுப்பாத சுதந்திர போராட்டம் ஊர்வலம் தர்ணா என்றால் பல மைல் தள்ளி ஓடுகிற பிரஜைகள் பலரை இச்சமூகத்தில் அவர்கள் உருவாக்கி உலாவிட்டார்கள்.

சுதந்திர இந்தியாவில் இந்த நிலைமையை மாற்றிட பிரதமர் நேரு கோத்தாரி கல்விக்குழுவை அமைத்தார். தனது அறிக்கையை அது சமர்பித்தபோது அவர் இல்லை. பிரதமர் லால்பகதுர் சாஸ்திரிதான் கல்விக்குழு பரிந்துரைகளை ஏற்று அமல் படுத்தும் பொறுப்பை ஏற்றார். வருடம் 1968 கோத்தாரி கல்விக்குழு இந்திய விடுதலைப் போராட்ட உணர்வுகளைத் தக்கவைப்பதை தன் நோக்கங்களில் ஒன்றாகக் கருதியது. இந்திய அரசியல் சட்டத்தை மதிக்கும் தேச ஒற்றுமை, சகிப்புத்தன்மை, மதச்சார்பின்மையைக் கடைப்பிடித்து வாழும் பிரஜைகளை உருவாக்குதல் கோத்தாரி கல்விக்குழுவின் நோக்கமாக இருந்தது. முன் உதாரண பிரஜையை உருவாக்க குடிமை பயிற்சி, விவசாயம் மற்றும் நெசவு போன்ற அடிப்படை தொழில்களை மதிக்க வகுப்பறைக்குள் தோட்டக்கலை ஆசிரியர் தறி வாத்தியார் ஆகியோர் வந்தனர். அருகமைப் பள்ளிகள் விலையற்ற கல்வி என வெகுஜனக் கல்வியாய் அனைவருக்கும் எழுத்தறிவு அடைவதற்கான செயல்திட்டங்களோடு களம் இறங்கியது கோத்தாரி குழு.

1980களில் ராஜீவ் அரசு கல்வியை மாற்றி அமைக்கத் தீர்மானித்தது. அவர்களது (புதிய) கல்விக் கொள்கைப்படி வந்ததுதான் நர்சரி பள்ளிகளும், பொறியியல் மருத்துவ தனியார் கல்லூரிகளும். மேற்கத்திய உலகால் முன்மொழியப்பட்ட உலகமயமாதலின்படி இந்திய சந்தைகளுக்குள் நுழையவிடப்பட்ட சேவைத்துறை சார்ந்த பில்கேட்ஸ் வகையறாவுக்கு வேலையாட்களை உற்பத்தி செய்தல், தொழில் துறைக் கல்வியைப் பிரதானப்படுத்தி இலக்குகளை அடைய மதிப்பெண் துரத்தும் உலகமயமாதலின் அடிமைகளை உற்பத்தி செய்து தள்ளுவதே அந்தக் கல்விக்கொள்கையின் நோக்கமாக இருந்தது, அதன்பின் விளைவுகளில் புற்றீசல் போல முளைத்த தனியார் நர்சரி ஆங்கிலப் பள்ளிகள் எல்.கே.ஜி, யு.கே.ஜி மம்மி டாடி கலாச்சாரம் எல்லாம். மனித மதிப்பீடுகள் பின்னுக்குதள்ளப்பட்டு முரட்டுத்தனமான மதிப்பெண் அடிப்படைக் கல்வியும், தாராளமய, சந்தைப் பொருளாதார நவீன அடிமைப்பிரஜை என்பதே அதன் இலக்கு.

ஆனால் அந்தக் கல்விக்கொள்கையின் பின் விளைவுகள் பற்றி 1990களின் இறுதியில் பெருங்கவலை தெரிவிக்கப்பட்டு,

இடதுசாரிகள் அதிகம் இருந்த பாராளுமன்றம் மற்றும் நீதிமன்ற போராட்டங்கள் மாணவர் அமைப்புகளின் போராட்டங்கள் காரணமாக குழந்தைகளின் கற்றலை இனிமையாக்குதல் குறித்த பேரா.யஷ்பால் கல்விக்குழு அமைக்கப்பட்டது. கட்டாய இலவச கல்வி உரிமைச் சட்டம் அடுத்த சில ஆண்டுகளில் இடது சாரிகளின் கடும்முயற்சியால் நிறைவேற்றப்பட்டது.

இந்திய சரித்திரத்தில் முதல்முறையாக ஒரு குழந்தை என்னவாக வரவேண்டும் என்பதை இலக்காகக் கொள்ளாமல் ஒரு குழந்தை தன்வயதிற்கு அடைய வேண்டிய அடிப்படை திறன்களை வழங்கும் நியாயமான சூழல்கள் கல்விக்கூடங்களில் உள்ளனவா, அவற்றை எப்படிக் கொண்டுவரலாம் என்பதைப் பற்றிய முழு புரிதலோடு நாம் 2005ம் ஆண்டு பல்வேறு கல்வியாளர்கள் சமூக ஆர்வலர்கள் களப்போராளிகள் என குழுக்களாக பிரிந்து விவாதித்து நாடு முழுவதும் எண்ணப்பரிமாற்றங்கள் பல கடந்து கல்விக்கான அகில இந்திய அளவில் தேசிய கலைத்திட்ட வடிவமைப்பு ஒன்றை பேரா. யஷ்பால் தலைமையில் ஏற்படுத்தி அதை அமல்படுத்தி கல்வியை குழந்தைகளின் பார்வையில் மறுசீரமைப்பு செய்ததும் வரலாறு.

தமிழக அளவில் மாநிலகல்வித்திட்டம், மெட்ரிக் கல்வித்திட்டம், ஆங்கிலோ இந்தியன் கல்வித்திட்டம் என்றெல்லம் விதவிதமாக இருந்ததை ஒரே பாடத்திட்டமாக அனைத்துக் குழந்தைகளுக்கும் ஒரே சமச்சீர் கல்வியாக மாற்றி புதிய பாடத்திட்டங்களை நமக்கென்று தமிழக அளவில் திரு உதயச்சந்திரன் உள்ளிட்டோர் அடங்கிய கல்விக்குழுவை அமைத்து இந்த ஆண்டுதான் நாம் அந்த வேலையை ஓரளவு அச்சாக்கம் பெறவைத்து- அமல்படுத்தி இருக்கிறோம்.

இதற்கிடையே 2014ல் ஆட்சிக்கு வந்த வலதுசாரி பாரதீய ஜனதா-மோடி அரசு, ஒரு புதியகல்விக் கொள்கைக் காண முன்வரைவை பேரா. சுப்ரமணியம் என்பவர் தலைமையில் வழங்கி – அது பெரும் சர்ச்சையை கிளப்பியது. கட்டாய இலவச கல்வி உரிமைச் சட்டத்தைக் கிடப்பில் போட்டது. ஐந்து மற்றும் எட்டாம் வகுப்பில் பொதுத்தேர்வு, மருத்துவக் கல்லூரி செல்ல நாடு தழுவிய நீட்தேர்வு, மீண்டும் தலைதூக்க

முயற்சித்த மனுதர்மகால பரம்பரை தொழில் முறை என யாவற்றையும் தங்களது கறார் விமர்சனங்கள் மூலம் கல்வி சிந்தனையாளர்களும் களப்போராளிகளும் பெரும்பாலும் அமல்படுத்தமுடியாமல் தூக்கி எறிந்தனர்.

'சமூக வரலாற்றில் அடிமைச் சமூக அமைப்பிலும், நிலப்பிரபுத்துவ அமைப்பிலும், முதலாளிய- ஜனநாய சமூக அமைப்பிலும் உற்பத்திச் சாதனங்கள் மற்றும் சாதகங்களை தங்களது கட்டுப்பாட்டில் வைத்திருக்கும் ஒரு சிறு கூட்டத்தினரே, சமூகப்பொருளாதார அமைப்பின் மேற்கட்டுமானமாக உள்ள அரசியல், மதம், கல்வி முதலியவற்றைக் கட்டுப்படுத்தி ஒருங்கிணைத்து எத்தகைய எதிர் முயற்சிகளையும் முறியடிப்பர்''. என்பார் லெனின். அரசியலிலும், சமூக அமைப்பிலும் ஆத்திகம் செலுத்துபவர்கள் இன்று இந்துத்துவா வெறியர்களாக உள்ளனர். தங்களது பாசிச நலன்களைப் பேணும் வகையில் கல்வியை ஒரு கருவியாகக் கையாளத் துடிக்கின்றனர்.

அதன் அடிப்படையில் பிரதமர் மோடி இரண்டாம் முறை பதவி ஏற்ற இரண்டாம் நாளே கஸ்தூரிரங்கன் கல்விக்குழு புதிய கல்விக்கொள்கைக்கான தனது அறிக்கையை சமர்பித்தது. இந்தக் கல்விக்குழுவினை 2017ல் மத்திய மனிதவள மேம்பாட்டு அமைச்சகம்(ஜவடேகர் – அமைச்சர்) அமைத்தது. கஸ்தூரிரங்கன் கல்விக்குழுவின் நோக்கம் வலதுசாரிகளின் கல்விபற்றிய முழுமையான சாசனம். சர்வதேச பொருளாதார ஒப்பந்தமான காட் (GATT)ஒப்பந்தத்தின்படி இந்திய உயர்கல்வியை பன்னாட்டு முதலாளிகளுக்கு திறந்து விடுதல் முதல் நோக்கம். இந்துத்துவா கோரும் மனுதர்மம் உட்பட அனைத்தையும் ஏற்கும் காவிப் பிரஜைகளை உருவாக்குதல் இரண்டாவது நோக்கம். இவையே நம்இந்திய வருங்காலக் கல்வி.

இந்த முன் வரைவை முழுமையாக வாசிக்கும்போது நமக்கு பலவகையான அதிர்ச்சிகள் காத்திருக்கின்றன. மதவாதக்கல்வியை திணிக்க பாரதீய ஜனதா அரசு எப்போதுமே தனது ஆர்.எஸ். எஸ் நோக்கங்களுக்காக முயற்சி செய்தே வந்துள்ளது. அவ்விதம் நடந்தபோதெல்லாம் கடும் போராட்டங்கள் காரணமாக அது முழுமையாக நிறைவேறாத பட்சத்தில் தற்போது கஸ்தூரிரங்கன் கல்விக்குழு முன்வைத்திருப்பது இறுதியான சுனாமித்தாக்குதல் இப்போது பாராளுமன்றத்தில் அதீத பெரும்பான்மை

இருப்பதால் இதை நிறைவேற்றும் வானளாவிய அதிகாரத்தோடும் அது உள்ளது. இந்துத்துவாவின் வெறி முழக்கமான ஒரே நாடு ஒரே மதம் ஒரே மொழி என்பதோடு ஒரே கல்வி எனும் அதிகார திணிப்பை இந்தக் கல்விக்கொள்கை வரிக்கு வரி பறை சாற்றுகிறது.

கஸ்தூரிரங்கன் கல்விக்குழு மத்திய பி.ஜே.பி அரசால் 2017ல் அமைக்கப்பட்ட கல்விக்குழு. 2016ல் மத்திய அரசு வெளியிட்ட புதிய கல்விக்கொள்கை முன்வரைவு எனும் ஆவணத்தின் அடிப்படையில் தனது முழுமையான அறிக்கையை மே 31ல் அது சமர்பித்தது. தேசியகல்வி கொள்கை ஆவணத்தை வெளியிட்ட மத்தியஅரசு ஜீன் 30 வரை பொதுமக்கள் கருத்துக்கூறலாம் என அறிவித்துள்ளது. மும்மொழிக்கொள்கை கட்டாய இந்தி மொழி என உடனடியாக சர்ச்சை கிளம்ப அந்த பகுதிகள் நீக்கப்பட்டன. ஆனாலும் கட்டாய இந்தி மட்டுமே பிரச்சினை அல்ல. கஸ்தூரிரங்கன் கல்விக்குழு முன் வைக்கும் பத்து அடிப்படை ஆபத்துக்களும் அதற்கான நமது கேள்விகளும்...

கல்விக்குழுவின் பரிந்துரை–1 (பள்ளிக்கல்வி 4+3+3+5
பள்ளி அமைப்பு.

குழந்தையின் ஆரம்பக்கல்வி 5 ஆண்டுகள். மூன்று வயது தொடங்கி ஏழு வயது வரை. அதாவது பிரீ.கே.ஜி முதல் இரண்டாம் வகுப்புவரை ஆதாரக்கல்வி. பிறகு மூன்றாண்டு (III முதல் V வகுப்பு) தொடக்க நிலைக்கல்வி – பின் VI முதல் VIII வரை மூன்றாண்டுகள் நடுநிலை கல்வி IX வகுப்பு முதல் XII வரையான நான்காண்டுகள் உயர்நிலை கல்வியாக அமைக்கப்படும் (பக்75- அத்தியாயம் P4.1.1)

கே: உலகின் வளர்ச்சி அடைந்த நூற்றுக்கும் மேற்பட்ட (சீனா, ஜப்பான், பின்லாந்து, அமெரிக்கா, இங்கிலாந்து உட்பட) நாடுகளில் குழந்தையின் பள்ளி செல்லும் வயது ஐந்து என்று ஏற்கப்பட்டுள்ளது. இங்கிலாந்தில் நான்கு வயது என்பதை பள்ளிக்குச்செல்லும் வயதாக அறிவித்தபோது அதற்கு உளவியலாளர், கல்வியாளர் மத்தியில் எதிர்ப்பு கிளம்பிய சம்பவமும் உண்டு. அதனால் மூன்று நான்கு வயதுக்கு – தனியே மழலை மையங்கள் - நம் பால்வாடிபோல)அமைத்திருக்கிறார்கள். காந்தியடிகள்

முதல் தற்போதைய ஐரோப்பிய கல்விக்கொள்கை, யுனெஸ்கோ பரிந்துரை உட்பட அனைத்தையும் பின்தள்ளி மூன்று வயது மழலைக்கு 5 ஆண்டு கல்வி என அதை பள்ளிக் கல்வியோடு இணைப்பது சரிதானா? குழந்தையின் ஆரம்பக்கல்வி தாய்மொழியில் இருக்கவேண்டும் எனும் நீண்டகால கோரிக்கை என்ன ஆனது? இது குறித்து கல்விக்குழு அறிக்கை ஏதும் குறிப்பிடாதது ஏன்?

கல்விக்குழு பரிந்துரையில் சம்பிரதாயத்திற்காக முடிந்தால் (Possibly) ஐந்தாம் வகுப்பு வரையிலும் அவசியமானால் (Preferably) எட்டாம் வகுப்புவரையிலும் கல்வி தாய்மொழி மீடியத்தில் இருக்கலாம் என்று ஒருவரி வருகிறது. ஆவணத்தை முழுமையாக வாசித்த பின் அதை எடுத்துப் பார்க்கும்போது அதற்கான திட்டமோ சாத்தியமோ மறுக்கப்பட்டிருக்கிறது என்பது கண்கூடு.

கல்விக்குழுவின் பரிந்துரை 2

எட்டாம்வகுப்போடு பொதுக்கல்வி அமைப்பு முடிந்து வகுப்பு 9 முதல் 12 வரையிலான நான்காண்டு கல்வி தற்போதைய மேனிலைக்கல்வி போன்று பாடத்தொகுதிகளாக மாற்றி அமைக்கப்படும். ஒன்பதாம் வகுப்பு முதல் 12ம் வகுப்புவரை நான்காண்டுகள் எட்டு செமஸ்டர்கள் நடத்தப்பட்டு ஓட்டுமொத்த மதிப்பெண் சான்றிதழ் வழங்கப்படும். தங்களது எதிர்காலத்திற்கான பாடத்தொகுதியை ஒன்பதாம் வகுப்பிலேயே மாணவர்கள் தேர்வு செய்யலாம். சில பாடங்கள் பொதுவானவை. ஆனால் பெரும்பாலும் மாணவர்கள் தேர்ந்தெடுக்கும் சிறப்புப் பிரிவுகள் அடிப்படையில் பாடங்கள் அமையும். (பக்கம் 76 அத்தியாயம் P4.1.1 pol)

கே: தங்களது எதிர்காலத்தை தீர்மானிக்கும் விருப்பப்பாடத்துறை ஒன்றை தேர்வு செய்ய எட்டாம் வகுப்பு முடிக்கும் 13 வயது குழந்தையால் முடியுமா? ஒரு அர்த்தத்தில் ஒன்பதாம் வகுப்பு முதலே பொதுத்தேர்வு போல உள்ளதே. தற்போது தமிழகத்தில் அறிமுகமாகி உள்ள பதினோராம் வகுப்பு பொது தேர்வு என்பதே கடந்த இரண்டாண்டுகளில் சுமார் ஒரு லட்சம் மாணவர்களை பள்ளிகளை விட்டு காணாமல் போக வைத்திருக்கிறதே. ஒன்பதாம் வகுப்பு முதலே

தொடங்கும் செமஸ்டர் முறை பள்ளி இடைநிற்றலை அதிகரித்து விடாதா? எட்டாம் வகுப்போடு பொதுக்கல்வியை முடித்துவைப்பது வசதியும் வாய்ப்பும் உள்ளவர்க்கே அதன்பிறகான கல்வி என்பதுதானே ஐடிஐ டிப்ளமா என்பதெல்லாம் பற்றி ஆவணம் தொழில்முறைக்கல்வி (Vactional) என துரத்தப்போகிறது.

கல்விக்குழுவின் பரிந்துரை – 3

பத்து பன்னிரண்டாம் வகுப்பு பொதுத்தேர்வோடு கூடுதலாக மூன்று, ஐந்து, எட்டு வகுப்புகளில் அனைத்து மாணவர்களும் தேசிய அளவில் பொதுத்தேர்வுகள் நடத்தப்பட்டு கல்வி – திறன்கள் பரிசோதிக்கப்பட வேண்டும். அடுத்த வகுப்பு துறைக்குச் செல்ல இத்தேர்வுகள் அவசியம். குறிப்பாக மூன்றாம் வகுப்பில் நடத்தப்படும் தேர்வு அடிப்படை கல்வி அறிவு கணக்கீட்டு திறன் , மற்றும் ஏனைய கல்வி திறன்களை பரிசோதிக்க உதவும் (பக்கம் 107, P4.9.4)

கே:தேசிய அளவில் ஆறு வயது முதல் *18* வயது வரையில் ஒட்டுமொத்த பள்ளி சேர்ப்பு விகிதம் (Gross Enrolment Ratio) ஆரம்ப வகுப்பில் 95,1 சதவிகிதமாக இருப்பது 2017 கணக்கீட்டின்படி ஒன்பது பத்து வகுப்புகளில் 79.3 சதவிகிதமாக குறைந்து 11,12 வகுப்புகளில் வெறும் 51 சதவிகிதமாகி விடுகிறது. உங்கள் கல்விக்குழு அறிக்கையின்படி இன்றும் (பக்6.5) பக் (65 கொடி குழந்தைகள் பள்ளிசெல்வது இல்லை. மேற்கண்ட (மிரட்டல்) தேர்வுகள் மேலும் குழந்தைகளை வடிகட்டி வசதியும் வாய்ப்பும் உள்ளவர்களை மட்டுமே உயர்நிலைக்கல்வி நோக்கிச் செல்லவைக்கும் அபாயம் உள்ளதே. இது கல்வி உரிமைச்சட்டத்திற்கு எதிரானது இல்லையா? குழந்தைகள் மீதான மிகப்பெரிய வன்முறை இது.

கல்விக்குழுவின் பரிந்துரை – 4

இலவச கட்டாய கல்வி உரிமைசட்டத்தை(RTE) 12ம் வகுப்புவரை நீட்டிப்பது(பக்கம்72 P3.13) பள்ளிக்கல்வியில் உதவும் மனம்கொண்ட தனியாரை (Philanthropic Public Partnership) அனுமதித்தல் (பக்71 P3.12)

கே: இலவச கட்டாயக் கல்வி என்பது என்ன? 6 முதல் 14 வயது வரையிலான குழந்தைகளுக்கு எத்தகைய கட்டணமும் இன்றி தொடக்கக்கல்வியை வழங்குதல் என்பதுதானே ஆனால் தனியார் பள்ளிகளில் ஆரம்பவகுப்பில் 25 சதவிகித இடங்களை சமூக பொருளாதார அடிப்படையில் பின்தங்கிய பிரிவு குழந்தைகளை சேர்த்து அதன் கட்டணத்தை அரசே செலுத்தும்முறை இந்த சட்டத்தின் மூலம் அமலாகி ஆண்டுக்கு இரண்டு லட்சம் குழந்தைகளை (தமிழகத்தில் மட்டுமே) நாம் தனியார் பள்ளிகளில் சேர்க்கிறோம் இதனால் மூடப்படும் அரசுப்பள்ளிகள் ஒன்றிரண்டல்ல. கல்வி உரிமைச்சட்டத்தின் உண்மையான அர்த்தப்படி தரமான கல்வி முற்றிலும் விலையின்றி வழங்கப்படவேண்டுமானால் தனியாரின் கட்டணக் கல்வியை முடிவுக்கு கொண்டுவரவேண்டாமா?

கல்விக்குழுவின் பரிந்துரை – 5

கல்வி உரிமைசட்டத்தில் (RTE) மாற்றம் கொண்டுவந்து மாற்று கல்விக்கூடங்களான இந்தியாவின் புராதன குருகுலம், மதராசா, பாடசாலைமுறை இவற்றையும் கல்வி நிலையங்களாக அங்கீகரித்து கட்டுமானங்கள் கற்றல் வெளிப்பாடு (*Learning outcome*) இவற்றைவிட யாவரையும் கல்வியில் ஒருங்கிணைத்தல் என்பதை மனதில் கொண்டு குறைந்தபட்சதர நிர்ணயம் (*Minimum Standard*) மூலம் தக்கவைத்தல் வேண்டும் (பக்கம் 71, P3.12)

கே: குருகுலக்கல்வியை திரும்பக் கொண்டு வருவது வர்ணாசிரம சாதி அடிப்படை வாதத்தை புதுப்பிப்பதே ஆகும். கூடவே இசுலாமியரின் மதராசா (பள்ளிவாசல்) கல்விகூடங்களையும் தானே வளர்க்கிறோம் என்று சொல்லலாம். பாடசாலை திண்ணை பள்ளி என யாவற்றையும் நடத்தியவர்கள் மடாதிபதிகளும், ஆதினங்களுமே ஆவார்கள். நவீன அறிவியல் வளர்ச்சி சமூக மேம்பாடு அர்த்தத்தில் இப்படி திரும்ப செல்வது நம் கல்வியை பலநூறு வருடங்கள் பின்னோக்கி எடுத்துச் சென்றுவிடாதா? இந்துத்துவாவின் உண்மையான கல்வி நோக்கம் புரிகிறதா?

கல்விக்குழு பரிந்துரை 6–

பள்ளிப்பாட முறையின்படியான பயிற்றுவிப்பு இந்தியா முழுவதும் ஒரே பாடத்திட்டத்தின்படி அமையும் (பக்கம் 101 பாரா 4.8) பாடப்புத்தகங்கள் தேசிய கல்வி ஆராய்ச்சி நிறுவனம் (NCERT) மூலம் வெளியிடப்படும். மாநிலக் கல்வி நிறுவனங்கள் பாடநூல் தயாரிக்கலாம். ஆனால் தேசிய கல்வி ஆராய்ச்சி நிறுவனத்தின் (NCERT) பாடத்திட்டப்படியே அவை இருக்கவேண்டும். (பக்கம் 102 – பாரா P 4.8.2)

கே: கல்வியை முழுக்கவும் மாநில பட்டியலுக்கு மாற்ற வேண்டும் என்பது நமது நீண்ட நாளைய கோரிக்கை ஆகும். மேற்கண்ட பரிந்துரை மாநிலங்கள் தங்களது மக்களுக்கு தாங்கள் விரும்பும் கல்வியை வழங்கமுடியாத நிலையை ஏற்படுத்தவில்லையா? இந்தியா புவியியல் கலாச்சார ரீதியில் பலதரப்பட்ட மக்களால் ஆனது. ஒரே பாடத்திட்டம் ஒரே புத்தகம் என்பது வேற்றுமையில் ஒற்றுமை எனும் நம் நாட்டின் அடிப்படையை தகர்த்து ஒரே இடத்தில் அதிகாரத்தை குவித்து விடவில்லையா?

கல்விக்குழு பரிந்துரை – 7

தேசிய அளவில் உயர்கல்வி வழங்கும் கல்விமுறையில் மூன்றுவகை பல்கலைக்கழகங்கள் அமையும். முதல் வகை பல்கலைக்கழகம் ஏராளமான ஆய்வும் குறைந்தபட்ச கற்பித்தலும் கொண்டது. இரண்டாவது வகை பல்கலைக்கழகம் ஏராளமான கற்பித்தலும் குறைந்தபட்ச ஆய்வு வசதியையும் கொண்டது. மூன்றாவது வகை பல்கலைக்கழகம் பட்டம் வழங்கும் வசதி மட்டுமே கொண்டது. பல்கலைக்கழகம் எனும் சொல்லாக்கம் உள்ளதோ இல்லையோ. பெரும்பாலான கல்லூரிகள் பட்டம் வழங்கும் தன்னிச்சையான நிறுவனங்களாக்கப்படும். (பக்கம் 219 பாரா P 10,13)

கே: இந்த பட்டங்கள் வழங்கும் முழு உரிமை பெற்ற கல்லூரிகளும் பல்கலைக்கழக தன்னதிகார அந்தஸ்து பெற்றவைகளும் இந்திய உயர்கல்வியை முற்றிலும் தனியாருக்கு தாரை வார்த்து விடாதா? ஆய்வுகளை அதிகரிக்கவும் பரவலாக்கவும் மேம்படுத்தவும் அதை அனைவருக்கும் சென்று சேர்ந்திடுமாறு செய்வது அல்லவா

ஜனநாயக நடவடிக்கையாக இருக்க முடியும். ஆய்வு மேற்கொள்ளும் வசதிகளை பெரும்பாலானோர் பட்டம் பெறும் கல்வி நிலையங்களில் ஏற்படுத்தாமல் அதற்கான சிறப்பு பல்கலைகழுகங்களை தனியே உருவாக்குவது ஏன்?

கல்விக்குழுவின் பரிந்துரை – 8

தேசிய தேர்வு குழுமம் (National Testing Agency) விரிவாக்கப்பட்டு மேலும் பலப்படுத்தப்படும் அனைத்து வகை கல்லூரிகள் பல்கலைக்கழுக கல்விக்கும் நுழைவுத் தேர்வுகள் கட்டாயமாக்கப்படும். உயர்கல்வி நிறுவனங்களின் சேர்க்கை அனைத்தும் தேசிய தேர்வுக்குழுமத்தின் கீழ் கொண்டுவரப்படும். இதற்காக கல்வியாளர்கள், உளவியலாளர்கள், தேர்வு வல்லுனர்கள் நியமிக்கப்படுவார்கள், (பக்கம் 109 பாரா 4.9.6)

கே: நீட் (NEET) தேர்வு பல மாநிலங்களின் அடிப்படை உரிமையை பறிக்கும் அலவத்தைப் பார்க்கிறோம். பதினான்கு ஆண்டு கல்வி பெற்ற பள்ளிக்கூட இறுதி ஆண்டு மதிப்பெண்ணை தூக்கி எறிந்துவிட்டு ஒரே ஒரு நுழைவுத்தேர்வு மூலம் மட்டுமே கல்லூரிக்கல்வி சாத்தியம் எனும் நிலை வந்தால் நுழைவுத்தேர்வு தனியார் பயிற்சி நிலையங்கள் பள்ளிக்கூடங்களை விட அதிக முக்கியத்துவம் பெற்று விடாதா? இந்த நுழைவுத்தேர்வு பயிற்சி பெறும் வசதி எல்லாருக்கும் எப்படி இருக்கமுடியும்? கல்லூரிக் கல்விக்குள் நுழையவிடாமல் வசதி வாய்ப்பு இல்லாதவர்களை பள்ளியோடு கல்வியை கைவிட்டு இது ஓட வைத்து விடாதா?

கல்விக்குழு பரிந்துரை – 9

பாரத பிரதமரின் தலைமையில் ஒருங்கிணைந்த ஒற்றை தேசிய கல்வி கமிசன் (ராஷ்டிரிய ஷிக் ஷா அயோக்) நிறுவப்படும். (பக்கம் 391 அத்தியாயம் 23) இந்த அமைப்பு இந்தியாவின் அனைத்து வகை கல்வியின் உயர் அதிகார அமைப்பாக செயல்படும் சில (தொடர்புடைய) அமைச்சர்கள், அதிகாரிகள், சில (தேர்வு பெற்ற) முதலமைச்சர்கள் இக்குழுவில் இருப்பார்கள். இதுவே இந்திய கல்வி குறித்த கொள்கை முடிவுகள் எடுக்கும் அதிகாரம் பெற்ற ஒரே அமைப்பாக இருக்கும். (பக்கம் 393 பாரா 23.5)

கே : ஏற்கெனவே பல்கலைக்கழக மானிய குழு (UGC) கலைக்கப்பட்டது. 2017 தேசிய மருத்துவ கமிஷன் சட்டம் என்ன ஆனது? இப்படி ஒரு அதிகார அமைப்பு – மனித வள மேம்பாடு அமைச்சகத்தின் ஆதரவோடு இயங்கும் எனில் மருத்துவம், விவசாயக்கல்வி, பொறியியல் சட்டத்துறை மற்றும் பள்ளிக்கல்வி என எல்லாவற்றின் ஓட்டு மொத்த அதிகாரத்தையும் ஒரே இடத்தில் குவிப்பதன் நோக்கம் என்ன? உயர்கல்வி நிதிக்குழு (Higher Education Funding Agency) உட்பட பல விஷயங்கள் பற்றி மவுனம் சாதிப்பது ஏன்?

கல்விக்குழு பரிந்துரை – 10

இந்திய புராதன மொழிகளை கற்கவும் பாதுகாக்கவும் கல்வியில் தக்க இடம் தரப்பட வேண்டும், இதற்கான பிரத்தியேக திட்டங்கள் தீட்டப்பட்டு அவற்றையும் அவற்றின் இலக்கியங்களையும் அடுத்த தலைமுறைகளுக்கு எடுத்துச் செல்வதிலும் அம்மொழிகளை பலப்படுத்தி தக்கவைப்பதிலும் தனிகவனம் செலுத்தப்படும், தேசிய அளவில் பாலி, பிராக்கிரத மொழி, பெர்சிய மொழி ஆகியவற்றுக்கான கல்வி வளர்ச்சி நிறுவனங்கள் தொடங்கப்பட்டு அதை ஆதரிக்கும் அனைத்து வகை கல்வி கூடங்களுக்கும் நிதி உதவி உட்பட அனைத்து வசதிகளும் செய்து தரப்படும், (பக் – 387 பாரா 22.4)

கே: பிராகிரத மொழி என்பது சமஸ்கிருதமே. பாலி மொழியும் கூட சமஸ்கிருதத்தின் ஒரு கிளை மொழியே. இந்த மொழிகளை வளர்ப்பதில் கல்விக்குழு காட்டி இருக்கும் அபரிமித அக்கரையை செம்மொழியான தமிழ் மொழி மீதோ இது போன்ற இன்ன பிற இந்திய மொழிகள் மீதோ காட்டாதது ஏன்? செம்மொழி உயர் ஆய்வு மையத்தை முடக்கியும் தமிழக அகழ்வாராய்ச்சிகளை புறக்கணித்தும் வரும் போக்கை முடிவுக்கு கொண்டு வரும் நமது முயற்சி ஒருபுறம் இருக்கட்டும். மாநில மொழிகளை கல்வியின் அங்கமாக இணைக்கும் குறைந்தபட்ச செயல்திட்டத்தைக்கூட கல்விக்குழு முன் மொழியாதது ஏன்? ஓட்டு மொத்த தேசத்தின் நலனையும் எதிர்காலத்தையும் கருத்தில்கொண்டு மேற்கண்ட கேள்விகள் பரிசீலிக்கப்படுமா என்பதும் கேள்விக்குறியாகவே உள்ளது.

இந்தியா பரந்துப்பட்ட தேசம். மாற்றுக் கல்வி சிந்தனையாளர்கள் இங்கே ஒரே இந்தியா கருத்தை ஏற்பது இல்லை. நாடு முழுமைக்கும் ஒரே கல்விக் கொள்கை என்பதே ஏற்புடையதல்ல. நாம் மூன்று பிரதான விஷயங்களை ஒரு போதும் விட்டுக்கொடுக்கமுடியாது.

1. ஆரம்பக்கல்வி முதல் உயர்கல்விவரை தாய்மொழிவழிக்கல்வி அதற்காக கல்வியை மாநில பட்டியலுக்கு மாற்றுதல்.

2. அனைத்துவகை கல்வியையும் அரசு தன் பிரஜைகளுக்கு விலையின்றி வழங்குவதன் மூலம் தனியார் கொள்ளை கல்விக்கு முற்றுப்புள்ளி வைத்தல் அதற்காக பொதுப்பள்ளி முறைக்காக போராடுதல்.

3. கல்வியில் மதவாதத்தை தூக்கி எறிந்து பகுத்தறிவுவாத – அறிவியல் கல்விக்கும் – வரலாற்று பொருள்முதல்வாத ஜனநாயகக் கல்விக்கும் வித்திடுதல்.

கஸ்தூரி ரங்கன் கல்விக்குழுவின் அறிக்கை இந்த அடிப்படைகள் யாவற்றையும் தூக்கிவீசிவிட்டு, மும்மொழிக்கல்வி, முழுதும் தனியார் மயமாக்கும் கல்வி மற்றும் குருகுலம் உட்பட பாகுபாட்டையே அடிப்படையாகக் கொண்ட விஷத்தனமான காவிக்கோட்பாட்டையும் திணிப்பதாக உள்ளது.

எனவே இருண்ட காலத்திற்குள் நமது தேசத்தை முழுமையாக வீழ்த்திட கொண்டு வரப்படும் இந்த பிரமாண்ட சதியை எப்படி முறியடிக்கப்போகிறோம். பன்முகத்தன்மை, சமநீதி சமத்துவம் இவற்றை முன்வைத்து கல்விக்கான விடுதலைப்போர் ஒன்றை நோக்கி நாம் தள்ளப்பட்டிருக்கிறோம்.

மனு தர்ம சாணக்கியனும்
பன்னாட்டு நிறுவனர் ஸ்டீவ் ஜொாப்ஸ்-ம்
புதிய உயர்கல்விக் கொள்கை பிதாமகர்களும்

பேராசிரியர் ப.சிவகுமார்

ஆளும் வர்க்கக் கல்விக் கொள்கை எப்படி மக்களுக்கான கல்விக் கொள்கையாக இருக்க முடியும்? புதிய கல்விக் கொள்கை வரைவு அறிக்கை 2019ன் உள்ளடக்கம் காவிமய மனுதர்மத்தையும், பன்னாட்டு நிறுவன தொழில் உற்பத்தி முறை மூலதனகுவிப்பு சார்பையும், தேசிய இனங்களின் மொழி மற்றும் பண்பாட்டுத்தளங்களைத் தகர்க்கும் திட்டத்தையும் உள்வாங்கி வடிவமைக்கப்பட்டுள்ளது.

உழைக்கும் பாட்டாளி வர்க்கத்துக்கு தொடர்பற்ற மன்னர்களின் உல்லாச வாழ்க்கை தொடர்புடைய ஆயக்கலைகள் 64 ஐ தூக்கி பிடிக்கிறது இந்த கல்விக் கொள்கை. நாளந்தா திட்டம் (MISSION NALANDA) , தக்ஷசீலா திட்டம் (MISSION TAKSHASHILA) என்னும் இரண்டு திட்டங்களை உயர்கல்விக்கான முன்மொழிவுகளாக வைக்கப்படுகிறது. நாளந்தா பல்கலைக்கழகம் பற்றியாவது வரலாற்று ஆதாரங்கள் உள்ளன. ஹர்ஷ வர்த்தனன் யுவான் சுவாங்குக்கு எழுதிய கடிதத்தில் நாளந்தா பற்றிய குறிப்புகள் உள்ளன. பௌத்த பிக்குகளால் நிர்மாணிக்கப்பட்ட இந்த நாளந்தா பல்கலைக் கழகத்தில் தர்க்கம், தத்துவம், மருத்துவம் போன்ற பிரிவுகளில் பயிற்சி பெறும் வாய்ப்புகள் இருந்ததற்கான சான்றுகள் உள்ளன. சீனா, கிரேக்கம் போன்ற நாடுகளில் இருந்து பலர் கற்க வந்ததற்கான குறிப்புகள் உள்ளன. கி பி ஏழாம் நூற்றாண்டைச் சார்ந்த ஹர்ஷ வர்தன் யுவான் சுவாங்குக்கு

எழுதிய கடிதத்தில் அசோகர் காலத்தில் நாளந்தா பல்கலைக் கழகம் இருந்ததாக குறிப்பிடப் பட்டுள்ளது. தக்ஷசிலா பல்கலைக்கழகம் பற்றியும்

அர்த்த சாத்திரம் குறித்தும் குறிப்புகள் குப்தர் காலத்தில், விசாகததனால் எழுதப்பட்ட முத்ரா ராட்சஷம் என்ற நாடகத்தில் குறிப்பிடப்பட்டுள்ளது. சாணக்கியன் தான் இந்த நாடகத்தின் கதாநாயகன். ஆனால் தக்ஷசீலா பல்கலைக்கழகத்தை

நிறுவப்பட்டதற்கோ, சாணக்கியன் அங்கே படித்ததற்கோ வரலாற்று ஆதாரங்கள் ஏதும் இல்லை.

புதிய கல்விக் கொள்கை 2019 (ஆங்கிலம்) வரைவு அறிக்கையில் 224 பக்கத்தில்

"Among the eminent scholars of
Takshashila and Nalanda were the philosopher
and economist Chanakya; the Sanskrit Grammarian,
mathematician, and discoverer of generative Grammar,
Panini, the leader and Statesman Chandra Gupta Maurya
And the mathematician and astronomer Aryabhata"

என்று குறிப்பிடப்பட்டுள்ளது. வரலாற்று ஆதாரங்கள்உள்ள நாளந்தாவையும், இலக்கிய அடிப்படையில் உள்ள தக்ஷசிலாவையும் ஒரு சேர கூறி சாணக்கியன், பாணிணி நாளந்தாவிலும் தக்ஷசிலத்திலும் படித்தது போன்ற மயக்கத்தை உருவாக்குவதன் நோக்கம் என்ன? பௌத்த பிக்குகளால் நிறுவப்பட்டது நாளாந்தா என்பதை மறைப்பதும், நாளந்தாவில் படித்து வெளிவந்தவர்களில் பார்ப்பனிய பின்புலம் உள்ளவர்களும், மனுதர்மத்தை தூக்கிப்பிடிப்பவர்களும் உள்ளது போன்ற பிம்பத்தை உருவாக்குவது தானே!

2010ல் மன்மோகன் சிங் காலத்தில் நிறுவப்பட்ட நாளந்தா பல்கலைக்கழகம் பீகாரில், ராஜ்கிர் என்னும் இடத்தில் இயங்கி வருகிறது. இந்த நாளந்தா பல்கலைக் கழகம் நிறுவ, தென்கிழக்கு ஆசிய நாடுகளான ஜப்பான், சிங்கப்பூர், தாய்லாந்து, சீனா உள்ளிட்ட பதினேழு நாடுகளும் உதவியுள்ளன. இதன் வேந்தராக இருந்த பொருளாதார அறிஞர் அமர்த்தியா சென் 2015 பிப்ரவரி மாதம் பாஜக அரசாங்கத்தின் இடையூறுகள் காரணமாக பதவி விலகினார்.

தென் கிழக்கு ஆசிய நாடுகளைச் சேர்ந்தவர்கள் பௌத்தம் குறித்து ஆய்வு செய்யும் இடமாக உள்ள தற்போதைய நாளந்தா பல்கலைக்கழக நிர்வாகத்தில் பாஜக அரசின் ஆதிக்கத்துக்கு இது ஓர் எடுத்துக்காட்டு. இவர்கள் கூறும் கி.மு மூன்றாம் நூற்றாண்டு அசோகர் காலத்து நாளந்தா மாதிரியில் MISSION NALANDA திட்டம் எவ்வாறு இருக்கப் போகிறதென ஊகிக்கலாம்.

1948 ராதாகிருஷ்ணன் குழு அறிக்கை இரண்டு முக்கியமான செய்திகளைக் கூறியது. Professional Education எனப்படும் பொறியியல் சார்ந்த, மருத்துவம், தொழில் நுட்பம் சார்ந்த, உயர்கல்விக்கு பரிந்துரைத்தது. 1947ல் பதவியேற்ற நேரு அரசாங்கம் சோவியத் ஒன்றிய உதவியுடன் பிலாய், பொக்காரோ எஃகு தொழிற்சாலைகளை 1955ல் நிறுவ திட்டமிட்டது. 1957 ல் மும்பையில் அப்ஸரா (APSARA) எனப்படும் அணு உலை நிறுவப்பட்டது. அனைத்திந்திய மருத்துவ அறிவியல் நிறுவனம் (AIMS) நேருவின் கனவு. ரயில்வே பொதுத் துறை ஊக்கு விக்கப்பட்டது. தேசிய முதலாளிகள் ஊக்கப்படுத்தப்பட்டனர்.

1948ன் கல்விக் கொள்கை இதற்கு அடித்தளமிட்டது, சோவியத் ஒன்றிய சிதறலுக்குப் பின் இன்று உலகமய உலக வர்த்தகக் கழகப் பிடியில் இந்திய ஆளும் வர்க்கமும் சிக்குண்டு திட்டங்களைத் தீட்ட வேண்டி உள்ளது. கஸ்தூரிரங்கன் குழு என்ன கூறுகிறதென பின்னர் பார்ப்போம்.

ராதாகிருஷ்ணன் குழு கூறிய மற்றொரு செய்தி கல்வியாளர்களால் நிர்வகிக்கப்படும் பல்கலைக்கழக நல்வகைக் குழு எனப்படும் UGC. இன்று UGC கலைக்கப்படப் போகிறது.

இரயில்வே, BSNL, அஞ்சல் துறைகள் எல்லாமே உள்நாட்டு முதலாளிகளுக்கும், வெளிநாட்டு கார்பரேட்டுகளுக்கும் தாரைவார்க்கப்படுகிறது. இந்த பின் புலத்தில் கஸ்தூரி ரங்கன் குழு கல்வி வரைவு அறிக்கையை பார்க்க வேண்டி உள்ளது. 1966 கோத்தாரி குழு அறிக்கை அமலாக்கம் நடை பெற்ற கால கட்டம் இந்திராகாந்தி காலம்.

கோத்தாரி குழு அறிக்கை 6 சதம் GDP கல்விக்கு ஒதுக்க வேண்டும் என்றதும், அருகாமைப்பள்ளி, பொதுப்பள்ளி பரிந்துரைத்ததும், நமக்கு தெரியும். இன்னொரு முக்கியமான பரிந்துரை உயர்கல்வியில் தன்னாட்சி, கற்பித்தல் முறை, பாடத்திட்டம் வகுத்தலுக்கான Academic Autonomy, நிர்வாக தன்னாட்சி (Administrative Autonomy) அன்று. கஸ்தூரி ரங்கன் குழு எல்லா கல்லூரிகளும் இனிமேல் தன்னாட்சி கல்லூரிகள் எனக் கூறுவதோடு, பட்டங்களை அவர்களே வழங்கிக் கொள்ளலாம் எனக் கூறுகிறது.

கோத்தாரி குழு பள்ளிக்கல்வியில் கூறிய மாற்றங்களையும், நிதி ஒதுக்கீடு தொடர்பான பரிந்துரையையும் எந்த அரசாங்கமும் அமலாக்கவில்லை என்பது நமக்குத் தெரியும். கோத்தாரி பரிந்துரைத்த மற்றொன்று, பட்ட வகுப்பும் முதுநிலை வகுப்பும் அந்தந்த மாநில மொழிகளில் நடத்தப்பட வேண்டும் என்பதாகும். 1968ல் திமுக ஆட்சிக்கு வந்த பின் தமிழ்நாட்டுப் பாடநூல் நிறுவனம், பட்டவகுப்பு நிலையிலும் முதுநிலை பட்ட வகுப்புக்கும் தமிழ் வழிப் பாட நூல்களை வரலாறு, பொருளாதாரம், இயற்பியல், வேதியியல், உயிரியல், கணிதம் போன்ற பாடங்களுக்கு வெளியிட்டதும், தமிழ் வழி படிக்கின்ற மாணவர்க்கு ஊக்கத் தொகை வழங்கியதையும் குறிப்பிட்டாக வேண்டும். இதற்கு மத்திய அரசு நிதி உதவியும் வழங்கியது. இன்று நிதி உதவியும் இல்லை - தமிழ்வழி பட்ட வகுப்புகளுக்கான நூல்களும் இல்லை.

கஸ்தூரி ரங்கன் வரைவறிக்கையில் பயிற்று மொழி பற்றி எந்த குறிப்பும் இல்லை. வலியுறுத்தப்படுவது, மும்மொழிக் கொள்கை, சமஸ்கிருத மேன்மை தேசிய இனங்களின் மொழியையும், பண்பாட்டையும், சிதைக்கும் வேலையோடு இந்துத்துவ கருத்தாக்கத்தை 'Volunteers' எனப்படும் தொண்டர்கள் ,மூலமாக பள்ளிப் பருவத்தில் திணிப்பதும் எதிர்கால திட்டமாக இந்த அரசு கையில் எடுக்கிறது.

இந்திரா காந்தி காலத்துக்குமுன் 1965 இந்தி எதிர்ப்பு போராட்டம் நடந்த போது காங்கிரசு தலைமை அமைச்சராக இருந்தவர் லால்பகதூர் சாஸ்திரி. காங்கிரசும் தொடர்ந்து பிரிட்டிசார் இருந்த காலம் தொடங்கி தன்னுடைய மாநாடுகளில் இந்தியை கட்டாயமாக்க தீர்மானம் போட்ட வரலாறு உண்டு. இன்று இந்தி திணிப்போடு சமஸ்கிருத ஆதிக்கமும் நுழைக்க பாஜக திட்டமிடுகிறது. இந்த பண்பாட்டு ஆதிக்கத்தை நிலை நாட்டி ஒருமுகப்படுத்தினால் கார்ப்பரேட் வணிகத்தை கார்பரேட் நலனுக்கான திட்டங்களை செயலாக்க எளிதென பாஜக நினைக்கிறது.

1976 ல் அவசரநிலை காலத்தில் கல்வியை மாநிலப் பட்டியலில் இருந்து பொதுப்பட்டியலுக்கு இந்திரா காந்தி கொண்டு சென்றதும் கல்வியை திட்டமிடலை மையப்படுத்தினால் உற்பத்தி முறை மாற்றங்கள்

சார்ந்தும், ஆளும் வர்க்க நலன் சார்ந்தும் அவ்வப்போது கல்விக் கொள்கைகளை திட்டமிட எளிதாக இருக்கும் என கருதியே! பாஜகவும் ஆர்.எஸ்.எஸ் - ம் கூடுதலாக இந்துத்துவ பண்பாட்டு ஆதிக்கத்தை வித்திடவும் பொதுப்பட்டியல் உதவும் என நினைக்கிறது.

தேசிய தேர்வு முகமை (NTA) கருத்தாக்கம் பிர்லா அம்பானி அறிக்கையின் பத்தி 4.5.2 ல் பார்க்கலாம். SAT, GMAT, GRE போன்ற தேர்வுகள் பட்டவகுப்பு சேர தேவையென அந்த அறிக்கை கூறுகிறது. வாஜ்பாய் கால பரிந்துரை, மன்மோகன் சிங் காலத்தில் என்ன ஆகிறதென பார்க்கலாம். பேராசிரியர் யஷ்பால் *Rejunuvation of Higher Education* எனப்படும் அறிக்கையில் [பத்தி 3.4] அமெரிக்க GRE போன்ற தேர்வு பல்கலைக்கழகங்களில் சேர தேவை என வலியுறுத்தப்படுகிறது. 2016 TSR சுப்ரமணியன் குழு அறிக்கையும் மையப்படுத்தப்பட்ட நுழைவுத் தேர்வை வலியுறுத்துகிறது.

SAT என்ற தேர்வு அமெரிக்க பல்கலைக் கழகங்களில் உள்ள பட்டப்படிப்பில் சேர தேவைப்படும் தேர்வு 'Scholastic Aptitude Test' எனப்படும் திறனறிவு தேர்வு. இதன் அடிப்படையில் நடைபெறும் மாணவர் சேர்க்கையினால் விளிம்பு நிலை மாணவர்கள், குறிப்பாக கறுப்பின குழந்தைகள் பாதிக்கப்படுவதை எதிர்த்து மனித உரிமை அமைப்புகள் அமெரிக்காவில் போராடி உள்ளன. TIME இதழில் வந்த கட்டுரை ஒன்றில் நியூயார்க் நகரில் வசிக்கும் மாணவர்களில் 70 சதம் கறுப்பர்கள் இருந்தாலும் 11 சதம் மாணவர்கள் மட்டுமே SAT தேர்வில் வெற்றிப் பெற்று உயர்கல்வி பெறமுடிகிறது என கூறப்பட்டுள்ளது. எனவே SAT- ஐ எதிர்த்து மனித உரிமை ஆர்வலர்கள் போராடி சில பல்கலைக்கழகங்கள் மாணவர் சேர்க்கைக்கு SAT தேவை இல்லை என முடிவு செய்துள்ளதாகவும் TIME இதழ் கூறுகிறது.

இங்கே NEET, SAT எதிர்த்த போராட்டங்கள் அனைத்திந்திய அளவில் கட்டமைப்பதில் உள்ள சிக்கல்களை ஆராய்ந்து இடது சாரி முற்போக்கு சக்திகள் இயக்கம் கட்ட வேண்டிய அவசியம் உள்ளது. SAT மூலம் வடிகட்டல் உயர்கல்வி நுழைய முற்படும் போது, கஸ்தூரி ரங்கன் குழு -3வது -5வது -8வது வகுப்புகளிலேயே திறன் அறிதேர்வு மூலம் வடிகட்ட நினைக்கிறது.

எட்டாம் வகுப்பு வரை விளையாட்டும் கதையும், பாடலும் உள்ள பள்ளிகள் பின்லாந்தில் மட்டுமா சாத்தியம்?

உயர்கல்வி நிறுவனங்களை மூன்றாக வகைப்படுத்தி அவை எந்த தளங்களில் செயல்பட வேண்டும் என்று வரைவு அறிக்கை கூறுகிறது.

வகை 1: ஆய்வு பல்கலைகள் எனவும், இவை பட்ட வகுப்பு முதல் ஆய்வு வரை ஈடுபடலாம் எனவும், 25 ஆயிரம் மாணவர்கள் வரை சேர்ந்து படிக்க முனைய வேண்டும் எனவும், உலகத் தரம் வாய்ந்த ஆய்வு மேற்கொள்ள வேண்டும் எனவும் கூறப்படுகிறது.

நிதி ஆதாரம் கேள்விக்குறி - பல்கலைக் கழக நல்கைக் குழு (UGC), அறிவியல், தொழில் நுட்பத்துறை (DST), உயிரி தொழில்நுட்பத் துறை (DBT) இந்திய வரலாற்று ஆய்வுக் குழு (ICHR), இந்திய மருத்துவ ஆய்வுக் குழு (ICMR), இந்திய வேளாண்மை ஆய்வுக் குழு (ICAR) போன்ற பல துறைகள் ஆய்வுக்கென நிதி உதவியை வழங்குகின்றன.

அந்தந்த துறைசார் வல்லுநர்கள் இந்த குழுக்களில் இருப்பார்கள். இவற்றையெல்லாம் ஒழித்துவிட்டு "National Research Foundation" தேசிய ஆய்வு நிறுவனம் ஒன்று அமைக்கப்படப் போகிறது. அரசுத்துறை கல்வி நிறுவனங்களுக்கு நிதி உதவிக்கு " Higher Education Grants Council" எனப்படும் உயர் கல்வி மான்யக்குழு அமைக்கப்பட உள்ளது.

அதிகார மையமாக மத்திய அரசு இப்போதே உள்ளது , இந்த அதிகாரம் போதாதென்று கல்விக்கான ஓரளவு ஜனநாயகத் தன்மையோடு கல்வியாளர்களைக் கொண்டு செயல்படக் கூடிய UGC, AICTE, ICMR, ICAR, BCI போன்றக் கல்வி, தொழில்நுட்பம், மருத்துவம், வேளாண்மை, சட்டம் சார்ந்த பல்வேறு அமைப்புகளைக் கலைத்து விட்டு NATIONAL HIGHER EDUCATION REGULATORY AUTHORITY (NHERA) என்ற மையப்படுத்தப்பட்ட அமைப்பை பரிந்துரைத்துள்ளது.

வாஜ்பாய் காலத்து பிர்லா அம்பானி அறிக்கை இதே கருத்தை வலியுறுத்துகிறது. மன்மோகன்சிங் அமைத்த யஷ்பால் குழுவும் NATIONAL COUNCIL OF HIGHER EDUCATION RESEARCH என்ற மையப்படுத்த அமைப்பு வேண்டுமென

வலியுறுத்தியது. இதற்கு இவர்கள் கூறிய காரணம் தேவையற்ற காலதாமதம் மற்றும் ஊழல். நிர்வாக சீர்கேட்டுக்கும் ஊழலுக்கும் காரணமான அரசியல் தலையீட்டை ஒழிக்க நடவடிக்கை எடுக்க தகுதியில்லாத இவர்கள் மையப்படுத்தப்பட்ட ஒரே அமைப்பை உருவாக்கினால் அரசியல் தலையீடு இன்னும் எளிமையாக இருக்கும் என்பதை மறந்துவிட்டார்களா?

இந்த நடவடிக்கைகளுக்கு எல்லாம் சிகரம் வைத்தார் போல் *RASHTRIYA SIKSHA AAYOG* எனப்படும் 'தேசிய கல்வி ஆணையம்' ஒன்றை உருவாக்கப் போகின்றனர். தலைமை அமைச்சரை தலைவராகவும் கல்வி அமைச்சரை துணைத் தலைவராகக் கொண்டு உருவாக்கப்படும் இந்த ஆணையம் மேற்சொல்லப்பட்ட பல்வேறு தொடர்பான அமைப்புகளையும் கண்காணிக்கின்ற நெறிப்படுத்துகிற அதிகாரம் உள்ள அமைப்பாகும்.

ஆர்.எஸ்.எஸ் கல்வித் தளங்களைக் கட்டுக்குள் கொண்டு வருவது இன்னும் எளிது. அதற்கு இரண்டு நோக்கங்கள் ஒன்று - ஒரே மதம், ஒரே மொழி, ஒரே கல்வி, ஒரே உணவு, ஒரே பண்பாடு, இரண்டு - இவ்வாறு ஒருமுகப்படுத்தப்பட்ட மக்களை கார்ப்பரேட் மூலதன சேவகர்களாக, உலகவர்த்தகக் கழுகச் சந்தையின் நுகர்வோர்களாக மாற்றுவது.

அனைத்து கல்லூரிகளும் தன்னாட்சி என்பதும், வகை 2 கற்பித்தல் பல்கலைக் கழகங்கள் வகை 3 கல்லூரிகள் எனப் பிரிப்பதும், இனிமேல் எந்த பல்கலைக் கழகமும் கல்லூரிகளை இணைப்பில் வைத்திருக்காதென்பதும், நிர்வகிக்க முடியாத கல்லூரிகள் பல்கலைக் கழகத்தோடு பிணைய வேண்டும் என்பதும் கூர்மையாக விவாதிக்க வேண்டிய செய்தியாகும். உலக வர்த்தகக் கழக நிபந்தனைப் படி வெளிநாட்டுப் பல்கலைக்கழகங்கள் இங்கே அனுமதிக்கப்பட உள்ள நிலையில் வெளிநாட்டு ஆசிரியர்கள் வரப்போகும் கட்டத்தில் வெளிநாட்டு மாணவர்கள் கல்லூரி, பல்கலைக் கழகங்களில் சேரும் தருணத்தில் கட்டமைப்பு அதற்கேற்றவாறு தகவமைக்கப்பட வேண்டும்.

SAT அனைத்து பட்டப் படிப்புக்கும் தேவை என்பதும் இதன் காரணமாகவே கொண்டு வரப்பட்டுள்ளது. இட ஒதுக்கீடு கேள்விக்குறியே!

நிதி ஆயோக்கின் 18- 2017 செயல் திட்ட அறிக்கையில் "HIGHER EDUCATION ACTION AGENDA - WHAT WE DO WE SEEK TO ACCOMPOLISH" என்ற தலைப்பில் பரிந்துரைக்கப்பட்ட செயல்திட்டங்கள் [பக்கம் 135 - 134] கஸ்தூரி ரங்கன் வரைவு அறிக்கையில் வலியுறுத்தப்படுகிறது.

நிதி ஆயோக் செயல்திட்டம் கூறியுள்ளதை பார்ப்போம். "சீனா வகைப்படுத்தப்பட்ட அமைப்பின் கீழ் வகை I [Tier I] பல்கலைக் கழகங்களான பீஜிங் மற்றும் குவிங்குவா பல்கலைக் கழகங்களைத் தேர்ந்தெடுத்து குறிப்பிடத்தக்க அளவிற்கு அதிக நிதி வழங்குகிறது. சிங்கப்பூரும் Tier 1 ல் மேலிடத்தில் உள்ள தேசிய பல்கலைக் கழகம் சிங்கப்பூருக்கும், நன்யாங் தொழில்நுட்ப பல்கலைக் கழகத்துக்கும் தாராளமாக நிதி உதவி செய்கிறது. மிகச் சொற்பமே உள்ள நிதியை பகிர்ந்து தருவதை எச்சரிக்கையாக நாமும் செய்ய வேண்டும். எனவே அரசு உயர்கல்வி நிறுவனங்களுக்கு "Tired Funding" படிநிலை நிதி உதவி தான் கடைபிடிக்க வேண்டும்" [NITI AAYOG ACTION PLAN 20.23 page 134]

இந்த நிதிவழங்கும் பாகுபாடு இனி எதிர் காலத்தில் கடைப்பிடிக்கப்படும் என்பதை கஸ்தூரி ரங்கன் குழு வரைவு அறிக்கையில் குறிப்பிடவில்லை. இந்த சூட்சமம் தெரிகிறது. இன்னும் தெரியாத சூட்சமங்கள் எத்தனையோ?

வரைவு அறிக்கை பாடத் திட்டங்களில் குறிப்பிடத்தக்க மாற்றங்களை பரிந்துரைக்கிறது. B.Sc போன்ற பட்ட வகுப்புகளில் அறிவியல் பாடம் முதன்மை பாடமாகவும் கலைத்துறை சார்ந்த பாடங்களை துணை பாடமாகவும் [Major and Minor] கொண்டு வரலாம் எனவும் கூறுகிறது வரைவறிக்கை. நான்கு பட்ட வகுப்பில் மூன்றாண்டோடு வெளியே போனால் ஒரு பட்டம் நான்காண்டு முடிவில் வேறொரு பட்டம்.

அறிவியல், தொழில்நுட்பம், பொறியியல், கணிதம் போன்ற துறைசார் [STEM] கல்வியுடன் கலைத்துறையும் சேர்த்து [Science, Technology, Engineering, Arts, Maths - STEAM] கற்பிக்க வேண்டிய அவசியம் குறித்து பல இடங்களில் விரிவாகக் கூறுகிறது அறிக்கை. செயற்கை நுண்ணறிவு (AI) ரோபோவின் தாக்கம் பற்றி தொட்டுச் செல்லும் வரைவறிக்கை

இரண்டு நபர்களை துணைக்கு அழைக்கிறது. ஒருவர் பரீத் ரபீக் ஜக்காரியா [Fareed Rafiq Zakaria] இவர் வாஷிங்டன் போஸ்ட் நாளேட்டின் கட்டுரையாளர். மற்றொருவர் ஆப்பிள் (APPLE COMPUTER) நிறுவனர் ஸ்டீவ் ஜொப்ஸ் (Steev Jobs).

ஸ்டீவ் ஜொப்ஸ் கூறுவதை குறிப்பிடுகிறது வரைவறிக்கை. "Mac கணினி கணிப்பதில் புரட்சிகரமான மாற்றத்தை உருவாக்கி உள்ளது. Mac மிகப் பெரிய இடம் பெற்றதற்கு காரணம் அதை உருவாக்கும் பணியில் இசைக் கலைஞர்களும், கவிஞர்களும், உயிரியலாளர்களும், வரலாற்று அறிஞர்களும் பங்குபெற்றதே காரணம். இவர்கள் சிறந்த கணினி அறிவுடையவர்களாகவும் இருந்தனர் " என ஸ்டீவ் ஜொப்ஸ் கூறுவதை பதிவு செய்துள்ளது வரைவு அறிக்கை.

இதழியலாளர் பரீத் ஜக்காரியா கூறுவதாக வரைவறிக்கையில் பதிவு செய்யப்பட்டிருப்பது " தாராளவாத கலைக் கல்வி [Liberal Arts Education] ஒருவரின் முதல் வேலையைத் தீர்மானிப்பது மட்டுமல்ல அவரின் இரண்டாம் வேலை, மூன்றாம் வேலை அதற்கு மேலும் என ஜக்காரியா கூறுவதைக் குறிப்பிடுகிறது.

அதற்குப் பின்னர் செயற்கை நுண்ணறிவு சார்ந்து நடக்கப் போகும் நான்காம் தொழிற்புரட்சி வேலை வாய்ப்பு தளத்தை அதிவேகமாக மாற்றுகிறது எனவும் கலைப்பாடக் கல்வி மிகவும் முக்கியத்துவம் வாய்ந்தது எனவும் குறிப்பிடுகிறது அறிக்கை.

இதன் பின்னணியில் அறிவியல் பாடங்களுடன் கலைப் பாடங்களும் பிணைக்கப்படுகின்றன என அறிக்கை தெளிவாகக் கூறவில்லை. உலக வங்கி கூட்டங்களிலும், உலகப் பொருளாதார அரங்க (World Economic Forum) கூட்டங்களிலும் AI மற்றும் ரோபோக்களால் 2030 க்கு அப்புறம் அதிவேக மாற்றங்கள் வேலை வாய்ப்பை எவ்வாறு பாதிக்கப் போகிறது என்பது குறித்த விவாதங்களின் சாரங்கள் வரைவறிக்கையில் இல்லை.

படிப்பதென்பது தொடர்ச்சியாக இருக்க வேண்டும் என்பதில்லை. படிக்கலாம் வேலைக்குப் போகலாம் மீண்டும் படிப்பை தொடரலாம் என கூறுகிறது வரைவறிக்கை. ஆனால் தொடர்ந்து அறிவை மேம்படுத்திக் கொள்ள வேண்டும் என குறிப்பிடப்பட்டுள்ளது.

திறன் (SKILL) மேம்பாடு குறித்து அடிக்கடி பேசப்படுகிறது. அதற்குப் பின்னால் மறைந்து இருக்கும் பள்ளிப் படிப்பிலேயே 3, 5, 8, 10, 12 என ஐந்து வடிகட்டலுக்குப் பின்னால், SAT தேர்வுக்குப் பின்னால் மேலும் ஒரு வடிக்கட்டல் என்றால் இடைநிற்றல் பெருமளவில் இருக்காதா? கவலை வேண்டாம் SKILL DEVELOPMENT COUNCIL அறிக்கையும் கஸ்தூரி ரங்கன் அறிக்கையும் தொழிற்கல்வி குறித்தும், திறந்தவெளி பல்கலைக் கழகம் குறித்தும் கூறியுள்ளதை ஒரு சேர படித்தால் புரியும்.

நான்காம் தொழில் புரட்சி குறித்த உலக பொருளாதார அரங்கில் (WEF) பொருளாதார அறிஞர்களும், கார்பரேட் நிறுவன சார்பாளர்களும், அறிவியல் அறிஞர்களும் அமெரிக்கா உள்ளிட்ட ஏகபோக மூலதன குவிப்பை நோக்கி வணிக விரிவாக்கத்தால் ஈடுபடும் நாடுகளின் சார்பாளர்களும் 2030க்கு பின்னால் ஏற்படும் மாற்றங்களின் பாய்ச்சல் குறித்து கூறியுள்ளதில் நாம் கவனக் குவிப்பைச் செலுத்த வேண்டியுள்ளது. இதன் பின்னணி தான் 'STEAM' எனப்படும் புதியக் கல்வி திட்டம்.

இப்போதுள்ள பாஜக அரசாங்கத்தின் கல்விக் கொள்கை தெளிவானது. அர்த்த சாஸ்திரமும் மனுதர்மமும் ஒரு கையில், கார்பரேட் வணிகத்துக்கும், AI க்கும் சேவை செய்யும் நிதி ஆயோக் மற்றொரு கையில். இவற்றால் பின்னிப் பிணைந்த சமூகத்தைப் படைப்பதே அவர்கள் கொள்கை.

இந்த வரைவு அறிக்கையில் திருத்தம் கோருவது நம் வேலையன்று. அது அமலாக்கப்போகும் ஆபத்துகளை மாணவர்களிடமும் இளைஞர்களிடமும் கொண்டு செல்வதற்கும் தொடர்ந்து போராடுவதற்கும் இயக்கம் கட்டுவதே நம் வேலை.

◆

மொழிப்பகை மறக்க வழிகாண வேண்டாமா?

முனைவர் ம. இராசேந்திரன்

மேனாள் துணைவேந்தர்

உலகெங்கும் கடந்தகாலக் கசப்புணர்வுகளைக் காலம் மாற்றிக் கொண்டு வருகிறது. இணக்கமாக வாழ்வதற்கான சூழலை உருவாக்க, புதிய தலைமுறை முன்வந்து கொண்டிருக்கிறது. மக்களின் வாழ்வியலை அரசியலாக்க அனுமதிக்காத இளைஞர்கள் எழுச்சி பெறும் காலம் கனிந்துகொண்டு வருகிறது. இறந்த காலத்தில் வாழ யாரும் விரும்புவதில்லை; கட்டாயப்படுத்தினால் வளர்ச்சி முட்டும். முன்னோர் அனுபவங்களும் சிந்தனைகளும் எருவாகலாம்; பயிருக்கு உணவாகலாம்; எருவே உணவாக முடியாதே!

இந்தியாவின் மொழிக்கொள்கை, வளர்ந்துவரும் நாடுகளின் வழிகாட்டுதலோடும் கைவரப் பெற்றிருக்கும் தொழில்நுட்பச் சாத்தியப்பாடுகளின் துணையோடும் இப்போதேனும் வளர்த்தெடுக்கப்பட வேண்டும்.

அவ்வப்போது இந்தி தலைகாட்டினாலும் ஆட்சிமொழிப் பிரச்சினைக்கு நேருவின் உறுதிமொழி தடுப்பணையாகி இருக்கிறது. இந்தியாவில் ஆட்சிமொழி பற்றி விவாதம் நடந்த அளவுக்குக் கல்விமொழி பற்றிய விவாதம் நடைபெறவில்லை.

இந்தியா விடுதலை அடைவதற்கும் முன்பாகவே மொழிப் பிரச்சினை தொடங்கிவிட்டது. இந்தியாவின் ஆட்சிமொழி / அலுவல்மொழிபற்றிய சிக்கல் வெளிப்படும் முன்பே கல்விமொழி பற்றிய சிக்கலைக் கண்டுகொண்டு 1938 ஆம் ஆண்டிலேயே போராட்டக் களத்தில் இறங்கியிருக்கிறது தமிழகம். பள்ளிக்கூடத்தில் பாடமொழியாக இந்தி பேசாத மாநிலங்களிலும் இந்தியைக் கட்டாயமாக்கினார் ஆட்சியில் இருந்த இராஜாஜி. அதை எதிர்த்துத் தமிழகம் கிளர்ந்து எழுந்தது.

இந்திய அரசமைப்புச் சட்டம் உருவாகும் முன்பே மொழிப் பிரச்சினை உருவாகிவிட்டது. அது ஆட்சிமொழி அல்லது அலுவல்மொழிப் பிரச்சினை இல்லை; கல்விமொழிப் பிரச்சினை; கல்வியில் பாடமொழிப் பிரச்சினை.

இப்போது தேசியக் கல்விக்கொள்கையில் பாடமொழி பிரச்சினை. ஆட்சிமொழி, பயிற்றுமொழி பிரச்சினைகளை ஒதுக்கித் தள்ளி இருக்கிறது இந்தியாவின் கல்விமொழிக் கொள்கை எப்படி இருக்கும் என்று இந்த வரைவில் தெரிவிக்கப்பட்டுள்ளது.

புதிய தேசியக் கல்விக்கொள்கையில் குறைந்தது மூன்று மொழிகள் என்று கூறப்பட்டுள்ளது. சமஸ்கிருதத்தையும் சேர்த்தால் நான்கு மொழிகள் பாடமொழிகளாகப் பரிந்துரை க்கப்பட்டிருக்கின்றன.

முதலில் இந்தி பேசாத மாநிலத்தில் மூன்றாவது மொழியாக இந்தி கட்டாயம் என்றும் இந்தி மாநிலங்களுக்கு அவர்கள் விரும்பும் இந்தியமொழி என்றும் சொன்னார்கள். தமிழகத்தில் எழுந்த எதிர்ப்பைக் கண்டு இந்தி பேசாத மாநிலங்களுக்கும் ஏதாவதொரு இந்தியமொழி என்று இந்தியா முழுவதற்கும் ஓரே மாதிரியான பாடமொழிக் கொள்கை என்று சொல்லி இருக்கிறார்கள்.

முதல் இரு மொழிகளில் சிக்கல் இல்லை. மூன்றாவது மொழியில்தான் சிக்கல் உருவாகி இருக்கிறது. மூன்றாவது மொழி மாணவர்கள் விரும்புகிற ஏதாவது ஒரு இந்திய மொழி என்பது முழங்கையில் தேன் தடவிவிடுகிற வேலை. கொள்கை அளவில் ஏற்றுக் கொண்டாடலாமே தவிர நடைமுறையில் பயன்பாட்டளவில் அதற்கான வாய்ப்பே இல்லை. ஏனெனில் இந்தியா முழுவதும் உள்ள பள்ளிகள் ஒவ்வொன்றிலும் அரசமைப்புச் சட்டத்தில் எட்டாவது அட்டவணையில் உள்ள 22 மொழிகளுக்கும் தனித்தனி ஆசிரியர்களை நியமிக்க முடியாது. எனவே மாணவர்களின் விருப்பத்துக்கு ஏற்ப ஏதாவதொரு இந்திய மொழி என்பது ஆட்சியாளர்கள் விரும்புகிற மொழியாக, அதாவது இந்திமொழியே, இந்தி பேசாத மாநிலங்களின் மூன்றாவது மொழியாகும் சூழலைப் படிப்படியாக உருவாக்கும் என்று அவர்கள் நம்புவதை உணர முடிகிறது.

தமிழ்நாட்டின் மொழிக்கொள்கை மிகவும் தெளிவானது. ஆட்சிமொழி தமிழ் மட்டுமே. கல்விமொழிக் கொள்கையில் பாடமொழிகள் இரண்டு மட்டுமே: தமிழும் ஆங்கிலமும்.

புதிய தேசியக் கல்விக்கொள்கையில் இந்தியா முழுவதற்கும் மூன்று பாடமொழிகள் என்று பரிந்துரைத்திருக்கிறார்கள். இவ்வாறு கொள்கை வகுப்பதற்கு இவர்கள் கண்டறிந்ததாகச் சொல்லப்படும் எதிர்காலத் தேவைகளை நம்புவதற்கான தரவுகள் வரைவு அறிக்கையில் இடம்பெறவில்லை.

சான்றாக, முன்னாள் மத்திய மனிதவள அமைச்சர் பிரகாஷ் ஜவடேகர் அளித்துள்ள வாழ்த்துரையில், 2020 இல் 120 கோடி இந்திய மக்கள் தொகையில் 60 கோடி பேர் 26 வயதுக்குள் இருப்பார்கள்; உலகின் இளமையான நாடாக 26 வயதுடையவர்கள் அதிகம் இருப்பார்கள் என்று தெரிவித்துள்ளார். கொள்கை அறிக்கை தந்துள்ள கஸ்தூரிரங்கன், நிகழ்காலம் மற்றும் எதிர்காலச் சவால்களைச் சமாளிக்கும் வகையில் இந்திய மாணவர்களுக்கான புதிய தேசியக் கல்விக் கொள்கை உருவாக்கப்பட்டிருப்பதாகத் தெரிவித்துள்ளார்.

ஒரு மாணவர் பலமொழிகளைக் கற்றால்தான் சாதனையாளராக ஆகலாம் என்றும் அறிவை எளிதில் பெறலாம் என்றும் எதையும் விரைவில் கற்கலாம் என்றும் வாழ்க்கையில் சிறப்பாக முன்னேறலாம் என்றும் உலக நாடுகள் கண்டறிந்துள்ளன என்று கல்விக் கொள்கை அறிக்கையில் கூறப்பட்டுள்ளன. (5.4).

ஆனால் இவற்றுக்கான சான்றாதாரங்கள் உலக நாடுகளின் பாடமொழிக் கொள்கைகளில் காணக் கிடைக்கவில்லை. இங்கிலாந்து, ஜெர்மனி போன்ற பெரும்பாலான ஐரோப்பிய நாடுகளில் தொடக்கக் கல்வியில், அதாவது ஐந்தாம் வகுப்புவரை ஒரு மொழியும் ஆறாம் வகுப்பிலிருந்து இரண்டாவது மொழியும் கற்றுத்தரப்படுகின்றன. அமெரிக்காவில் ஆங்கிலம், ஸ்பானிஷ் அல்லது மாணவர் விரும்பும் இன்னொரு மொழியும் ஜப்பானில் ஜப்பானிய மொழியும் ஆங்கிலமும் ஹாங்காங்கில் ஆங்கிலம் மற்றும் சீன மாண்ட்ரின் மொழியும் எகிப்தில் அராபிக் மொழியும் ஆங்கிலமும் கற்றுத்தரப்படுகின்றன.

உலகம் முழுதும் சில காலனிய நாடுகளைத் தவிரத் தொடக்கக் கல்வியில் ஒரு மொழியும் நடுநிலைப் பள்ளியில்

இரண்டாவது மொழியும்தாம் கற்றுத்தரப்படுகின்றன என்று இந்திய மக்கள் மொழி ஆய்வுத் தலைவர் ஜி.என். டேவி தெரிவித்துள்ளார்.

ஆனால் இந்தியாவில் மூன்றுமொழிகள் கட்டாயம் என்று பரிந்துரைக்கப்பட்டுள்ளது. மூன்று மொழிகளில் முதல்மொழியாகத் தாய்மொழி இடம்பெறாத மாணவர்கள் நான்கு மொழிகளைக் கற்க வேண்டியிருக்கும்.

மேலும் புதிய தேசியக் கல்விக் கொள்கையில், ஒரு குழந்தைக்கு இரண்டு வயது முதல் எட்டு வயதுவரை பல மொழிகளைக் கற்கும் ஆற்றல் இயல்பாகவும் எளிதாகவும் இருப்பதாகவும் சொல்லப்பட்டிருக்கிறது. அதனால் மழலையர் கல்விமுதலோ முதல் வகுப்பிலிருந்தோ மூன்று அல்லது மூன்றுக்கும் மேற்பட்ட மொழிகளை மாணவர்களுக்குக் கற்றுக் கொடுக்கலாம் என்று அறிக்கையில் பரிந்துரைக்கப்பட்டுள்ளது.

ஆனால் உலகக் கல்விநிலையைப் பற்றிக் கண்காணிக்கும் யுனெஸ்கோ அமைப்பின் 2016 ஆம் ஆண்டு அறிக்கை, ஒரு புள்ளிவிவரம் தந்துள்ளது. அதில் இந்தியாவில் நான்கு கோடியே எழுபது இலட்சம் பேர் பத்தாம் வகுப்பில் பள்ளிப் படிப்பைப் பாதியில் விட்டிருக்கிறார்கள் என்று கூறப்பட்டுள்ளது. அதைவிட அதிர்ச்சிதரும் செய்தி, அவ்வாறு இந்தியாவில் பள்ளிப் படிப்பைத் தொடர முடியாமல் போவதற்கான காரணங்களைப் பட்டியலிடும்போது, பெற்றோர் பொருளாதாரநிலை, கழிவறை போன்ற அடிப்படை வசதியற்ற பள்ளிகள், குறிப்பாகப் பெண்களுக்கான பண்பாட்டு சூழல், வேலைவாய்ப்பின்மை, ஆகியவற்றோடு மாணவர்களுக்கு மன அழுத்தம் தரும் பாடமொழிச் சுமையும் முக்கியக் காரணமாகப் பட்டியலில் இடம் பெற்றுள்ளது.

நவீனத் தொழில் நுட்பம் செயற்கை நுண்ணறிவுத் திறனை வளர்த்தெடுப்பதில் நினைத்துப் பார்க்க முடியாத வேகத்தில் மொழிப்பிரச்சினையையும் தீர்த்துக் கொண்டிருக்கிறது. கூகுள் மொழிபெயர்ப்பு செயலி தமிழ், மலையாளம், வங்காளம், இந்தி, அராபிக், ஆங்கிலம், சீனம் என்று இந்திய உலக மொழிகளில் 103 மொழிகளுக்கு உடனடி மொழிபெயர்ப்பு தருகிறது. நமக்குப் புரியாத மொழி பேசுவோரோடு செல்லிடப்

பேசியில் அவரவர் மொழியில் பேசினால் அடுத்தவர் மொழியில் அவருக்கு மொழிபெயர்த்து விநாடிகளில் சொல்கிறது. ஜப்பானில் வாங்கிய ஒரு பொருளின் பயன்பாட்டு குறிப்பு ஜப்பானிய மொழியில் இருந்தால் அந்த மொழி புரியாத எழுத்துகளைப் படமெடுத்துப் போட்டால் நமது மொழியில் பெயர்த்துத் தருகிறது. நமது மொழியில் கையால் எழுதிக் காட்டினால் அடுத்தவர் மொழியில் பெயர்த்துச் சொல்கிறது. இப்படி உலகத்தில் மொழித்தடைகளைத் தொழில் நுட்பம் உடைத்தெறிந்து கொண்டிருக்கும் காலகட்டத்தில் வாழ்ந்து கொண்டிருக்கிறோம்.

இந்தியா போன்ற நாட்டில் வாழும் ஒரு குழந்தைக்கு மூன்று அல்லது மூன்றுக்கு மேற்பட்ட மொழிகள் தெரிய வேண்டும் என்று சொல்கிறபோது பன்மொழிச் சூழல் மிக்க இந்தியாவின் ஆட்சிமொழியாக இந்தி மட்டுமே இருக்க வேண்டும் என்று நினைப்பதில் தர்க்க விதிகள் தகராறு செய்கின்றன.

ஒருவர் எத்தனை மொழிகளை வேண்டுமானாலும் கற்றுக்கொள்ளலாம். இங்கே யாரும் யாரையும் தடைசெய்ய முடியாது. கல்வி, மருத்துவம் போல ஒரு குறிப்பிட்ட மொழியைக் கற்பிக்க அரசாங்கம் முயற்சிக்க வேண்டிய தேவைகள் குறைந்துவிட்டன. அப்படியே ஒருவர் இன்னொரு மொழியைக் கற்றுக்கொள்ள அரசாங்கத்தை மட்டுமே நம்பியிருக்க வேண்டிய அவசியமும் இப்போது இல்லை. விரும்புகிறவர்கள் விரும்பும் மொழியை வீட்டிலிருந்தே, செல்லிடப் பேசி வழியாகவே இணையவழி கற்றுக் கொள்ளும் வாய்ப்பினையும் தொழில்நுட்பம் வழங்கி இருக்கிறது. இனிவரும் காலத்தில் மொழி வளர்ச்சி என்பது வளரும் தொழில் நுட்பத்தில் மொழியை இணைப்பதுதான்.

ஆகவே இப்போது நமது மொழிக்கொள்கை என்பது நவீனத் தொழில்நுட்பப் புரட்சியை உள்ளடக்கியதாக இருக்கவேண்டுமே தவிரக் கடந்த காலத்திற்குள் வாழக் கட்டாயப்படுத்துவதாக அமைந்துவிடக் கூடாது.

எனவே, எதிர்கால இந்தியாவை உருவாக்கும் நோக்கத்திற்கோ, உலகின் எதிர்காலச் சவால்களை எதிர்கொள்ளும் ஆற்றலை வளர்த்தெடுப்பதற்கோ, இந்திய ஒற்றுமையை

வளர்த்தெடுப்பதற்கோ புதிய தேசியக் கல்விக் கொள்கையில் இடம்பெறும் மொழிக்கொள்கை உதவும் என்பதை ஆட்சியாளர்களின் அதிகார ஆசையும் நம்பிக்கையும்தாம் தெரிவிக்கின்றனவே தவிர ஏற்றுக்கொள்ளுவதற்கான அறிவியல், உளவியல் தரவுகள் ஏதும் கிடைக்கவில்லை.

எனவே புதிய தேசியக் கல்விக் கொள்கை, மொழிகள் தன்மானத்தோடு வாழவும் மொழிப் பகையை மக்கள் மறக்கவும் வழி காணவேண்டாமா? ◆

ஒரு கல்வியாளனின் குறுக்கு விசாரணையில் உயர்கல்வி...

இரா.முரளி,

மாநில அமைப்பாளர்,

தமிழ்நாடு உயர்கல்விப் பாதுகாப்பு இயக்கம்

சத்தியமாகத்தான் சொல்கிறேன். நல்ல பல அம்சங்கள் காணப்படும் என்ற நம்பிக்கையுடன், திறந்த மனதுடன்தான் புதியக் கல்விக் கொள்கையின் முன் வரைவை படித்தேன். ஆனால் அப்படி எதுவும் காணப்பட இயலாமல் போனதற்குக் காரணம் அந்த முன் வரைவு தானே தவிர. நான் அல்ல என்ற சத்தியப் பிரமாணத்துடன் இக்கட்டுரையை சமர்ப்பிக்கிறேன்.

பன்முக அறிவுத்திறன், புதுமை, ஆக்க பூர்வமான சிந்தனை, சமூக உணர்வு, அற உணர்வு, சேவை மனப்பான்மை மற்றும் ஒரு கட்டு ஞான ஒளி உட்பட உலகின் அனைத்து நல்ல பண்புகளையும், திறங்களையும் கொண்டு அதன் மூலம் 21ஆம் நூற்றாண்டின் அனைத்து சவால்களையும் எதிர் கொள்ளும் இளைஞர்களை உருவாக்க விரும்புவதாக கட்டியம் கூறித் தொடங்குகிறது புதிய கல்விக் கொள்கைக்கான முன்வரைவு.

ஒவ்வொருமுறையும் புதிய கல்விக் கொள்கையினை வெளியிடும் போதும் இப்படிப்பட்ட முழக்கங்களுடன்தான் அவை தொடங்கியுள்ளன. ஆனால் அவையனைத்தையும் நிறைவேற்றவில்லை என்பதை மிகவும் வெளிப்படையாக அடுத்த முறை அறிவித்துவிட்டு, புதிய கல்விக் கொள்கை இந்தியாவையே புரட்டப்போகிறது என்று எக்காளமிட்டு அறிவிப்பதே அரசின் வழக்கமாக உள்ளது. வெறும் வேலைக்கான கல்வியாக உயர் கல்வியை வைத்திராமல், விமர்சன அறிவு, பிரச்சினைகளைத் தீர்க்கும் அறிவு, என பன்முக அறிவுத்திறன் கொண்ட இளைஞர்கள் இன்று தேவைப்படுகிறார்கள். அப்படிப்பட்டவர்கள் புதிய கல்விக் கொள்கையின் மூலம் உருவாக்கப்படுவார்கள் என்கிறது இந்த

முன் வரைவு. இதைத்தான் கல்வியாளர் பலரும் பரிந்துரைத்து வந்துள்ளனர். ஆனால் இதற்கான செயல் திட்டங்களாக இந்த முன்வரைவு முன் வைப்பதுதான் மிகவும் ஆபத்தானது.

எப்போதுமே முற்போக்காளர்களின் கல்வி குறித்த பார்வைகளைத் தத்துவங்களாக முன்னுரையில் தெறிக்கவிட்டு அவற்றை நடைமுறைப் படுத்துவதற்காக முன்வைக்கும் செயல் திட்டங்களில் முற்றிலும் எதிரான அம்சங்களைக் கொண்டுவருவது முன் வரைவு தயாரிப்பவர்களின் யுக்தியாக உள்ளது.

எல்லாமே புதிது. இனி இந்தியாவையே புரட்டிப் போடவிருக்கும் 40 ஆண்டுகளுக்கான ஒரு கல்வி கொள்கையை வகுத்துள்ளோம் என்பதும் முக்கியமான அறிவிப்பாகக் காணப்படுகிறது.

இதை மேலோட்டமாகப் படிப்பவர்கள் நல்ல கொள்கைதான் என்று ஏமாந்து விடக்கூடிய வகையில் மொழியும், கருத்துக்களும் கையாளப்பட்டுள்ளதே இதன் முக்கிய யுக்தியாகும்.

ஆழமாகப் படித்து சல்லடை போட்டு சலித்து பார்த்தால், செயல் திட்டங்களாக என்ன மிஞ்சுகிறது என்று பார்த்தால் அத்தனையும் விஷம். புதிய கல்விக் கொள்கை 2019 என்பது இனிப்பு தடவப்பட்ட விஷம்.

மிஷன் நாலந்தா மற்றும் தக்சசீலா

மிஷன் நாலந்தா மற்றும் தக்சசீலா என்பதையே முக்கியமான முழக்கமாக முன்வைக்கிறது புதிய கல்விக் கொள்கை. புராதன இந்தியாவில் வழங்கப்பட்ட எல்லா கலைகளையும் இன்று உயர்கல்வி நிறுவனங்கள் மூலமாக தாராள கலைகள் படிப்பு (Liberal Art Education) என்ற பெயரில் மத்திய அரசு வழங்க உள்ளது. ஆயிரத்து நானூறு ஆண்டுகளுக்கு முன்பு இந்தியாவில் பாணபட்டர் என்பவரால் எழுதப்பட்ட காதம்பரி என்னும் காதல் காவியத்தில் விளக்கப்பட்டுள்ள ஆயகலைகள் அறுபத்தி நான்கையும், அதற்குப் பின்னர் லலித விஸ்தார சூத்திரம் என்ற நூலில்விளக்கப்பட்டுள்ள 86 கலை வகைகளையும், மேலும் எல்லாவற்றிற்கும் மேலாக காமசூத்திரத்தின் உரையாக யசோதரர் என்பவரால்

எழுதப்பட்டுள்ள ஜெயமங்களா என்னும் -13ஆம் நூற்றாண்டின் நூலில் குறிப்பிடப்பட்டுள்ள 512 கலைகளையும் நமது மாணவர்களுக்கு கல்வித் திட்டங்கள் மூலம் வழங்குவது என்பதையே முக்கியமான நோக்கமாக அறிவிக்கிறது புதிய கல்விக் கொள்கை 2019.

காமசூத்திரத்தை கல்லூரிகளில் போதிக்கும் அளவிற்கு இவர்கள் முன் மொழிந்திருப்பதை என்னவென்று சொல்வது.

முன்மாதிரி உயர்கல்விக் கூடங்களாக தட்சசீலத்தில் முன்னொரு காலத்தில் நிறுவப்பட்டிருந்த பல்கலைக்கழகமும், நாலந்தாவில் இருந்த புராதனப் பல்கலைக்கழகமும் கொள்ளப்படுகின்றன.

இதைப் படிக்கும் போதே சாணக்கியர் காலத்தில் வாழ்ந்த அறிவு ஜீவிகளுக்கு மறு உயிர் கொடுத்து இந்த அறிக்கையை தயார் செய்ததாகத் தெரிகிறது.

சமகாலத்திய கல்வி ஆய்வு நூல்களோ, உலகின் சிறப்பான கல்வி தத்துவங்களோ, பல்கலைக் கழங்கங்களோ, செயல்பாட்டு திட்டங்களோ எதுவும் இவர்கள் கண்களுக்குத் தெரியவில்லை. தென்னகத்தின் திருக்குறள் போன்ற நூல்களில் குறிப்பிடப்பட்டுள்ள வாழ்வியல் விழுமியங்கள் கூட எதுவும் புலப்படவில்லை என்பது பண்பாட்டுக்கல்வி குறித்த இவர்களின் போதாமையைக் காட்டுகிற அதேவேளையில் தமிழர் பாரம்பரியத்தை சற்றும் மதிக்காததும் வெளிப்படுகிறது. புராதனமான, அக்கால கட்டத்தில் சமஸ்கிருத இலக்கிய கர்த்தாக்களால் வடிக்கப்பட்ட, எந்தவித சமகால ஆய்வுகளுக்கும் உட்படுத்தப்படாத நூல்களில் கூறப்பட்டுள்ள விழுமியங்களை அடிப்படையாகக் கொண்டு உயர் கல்வி அமையும் என்று பிரகடனம் செய்ததிலிருந்தே இது எப்படிப்பட்டது என்பதைப் புரிந்து கொள்ள இயலும்.

எல்லோரும் கார்ப்ரெட் கம்பெனிகளுக்கான திட்டங்களைத்தான் இந்த கல்வி கொள்கை முன் மொழியும் என்று எதிர்பார்த்திருந்த நேரத்தில் இப்படிப்பட்ட அறுத பழசான நூல்களையும், மதிப்பீடுகளையும் ஏன் கல்வித் திட்டத்தில் கொண்டு வர விழைகிறார்கள் என்று பார்த்தால்,

அது ஆரியப் பண்பாட்டு விழுமியங்களை இந்தியா முழுவதிலும் விதைப்பது என்ற நோக்கத்திற்காகத்தான் என்பது புரிகிறது. ஆனால் இந்த கலைகளெல்லாம் யார் கற்றுக் கொடுப்பார்கள், அவை பற்றி யாருக்கு முழுமையாகத் தெரியும் என்பது பற்றியெல்லாம் பெரிய கவலையை வரைவு தயாரித்தவர்கள் கொண்டதாகத் தெரியவில்லை. மேலும் அக்காலத்தில் விருப்பமுள்ள நபர் குருகுல வாசத்தின் மூலமும், தன் வாழ்க்கை அனுபவங்கள் மூலமாகவும் கற்பவைதான் இவை. அவற்றை எப்படி கல்லூரிகளில் கற்பிப்பது என்பது பற்றியெல்லாம் இவர்களுக்குத் தெளிவு உள்ளதாகத் தெரியவில்லை. அவர்களது முக்கிய நோக்கம் வேத கால பண்பாட்டை புத்துயிர்ப்பு செய்யவேண்டும் என்பதே ஆகும்.

இந்தியாவின் மரபை மீட்டெடுத்து அதை உயர் கல்வியின் மூலமாக பிரகாசிக்க வைப்பதே நல்லதொரு இந்தியாவிற்கான செயல்பாடு என புதிய கல்விக் கொள்கை அறிவிக்கின்றது. மிக ஆழமாக சென்று பழமையான கூறுகளைத் தோண்டி எடுத்து அவற்றை பட்டை தீட்டி வரும் தலைமுறைகளுக்கு விதைப்பதன் மூலம் இருபத்தியோராம் நூற்றாண்டின் அனைத்து சவால்களையும் இலகுவாக எதிர் கொள்ளக்கூடிய திறன் வாய்ந்த இளைய தலைமுறையை நாம் உருவாக்கப் போவதாக அது பிரகடனம் செய்கிறது. கேட்க இனிமையாகத்தான் இருக்கிறது. ஆனால் அதன் செயல் திட்டங்களை உற்று நோக்கினால் எவ்வளவு ஆபத்தான அறிக்கை இது என்று புரிகிறது. சுதந்திரம் அடைந்து பல ஆண்டுகாலம் பல்வேறு திட்டங்களின் மூலம் தட்டுத் தடுமாறி முன்னேறி வரும் இந்தியாவின் உயர் கல்வி மறுபடியும் பல நூற்றாண்டுகளுக்கு பின்னே இழுத்துச் செல்லப்படுவது மிகவும் துயரமானது.

<u>இனி எந்தக் கல்விக் கொள்கையும் தேவையில்லை</u>

சுதந்திரம் அடைந்தவுடன் படிப்படியாக அரசு மக்களுக்குத் தரமான கல்வியை, இலவசமாக வழங்கும் என்பதே மக்களின் எதிர்பார்ப்பாக இருந்தது. ஆனால் படிப்படியாக கல்வியை அரசு வழங்காது என்பதுதான் தெளிவாகி வருகிறது. இந்த முன்வரைவு ஒட்டு மொத்தமாக இனி அடுத்த கொள்கை எதையும் அரசு வெளியிடவேண்டிய அவசியம் இன்றி முற்றுப்புள்ளி வைக்கின்றது. இதற்குப் பின் கல்விக் கொள்கை

எதையும் அரசு அறிவிக்கவேண்டிய அவசியம் இல்லாமல் போவதற்குக் காரணம் அனைத்து உயர்கல்வியும் தனியார் வசம் ஒப்படைக்கப் படும் என்பதே ஆகும். அரசு உயர்கல்வித்துறையை மொத்தமாக தனியாருக்கு தாரைவார்த்துக் கொடுக்கும் திட்டமே இந்தப் புதிய கல்விக் கொள்கை திட்டமாகும்.

அப்படி அவர்களிடம் ஒப்படைக்கும் போது, அவர்களுக்கு மிகவும் வசதியாக இருக்கும் வகையில் கல்வி செயல்பாட்டிற்கு விதிக்கப்பட்ட அனைத்து தடைகளையும் சட்ட பூர்வமாக நீக்குவதே இதன் உள் நோக்கமாகும்.

எப்படி என்று கேட்கிறீர்களா? இதோ கீழ்கண்ட விதிகள் மூலமாகதான்.

- அனைத்துக் கல்லூரி நிறுவனங்களுக்கும் தன்னாட்சி வழங்கப்படும். கல்வித் திட்டத்தை வடிவமைப்பதில் தன்னாட்சி, நிதி நிர்வாகத்தில் தன்னாட்சி, மற்றும் பொது நிர்வாகத்தில் தன்னாட்சி என கல்லூரி நிறுவனங்கள் அனைத்து வகை தன்னாட்சியையும் பெற்றவையாக விளங்கும்.

- கல்லூரிகளே இனி தங்கள் பெயரிலேயே பட்டம் வழங்கலாம்.

- உயர்கல்விக்கான கட்டண விகிதத்தை அந்தந்த உயர்கல்வி நிறுவனங்கள் அவரவர்கள் தேவைக்கு ஏற்ப விதித்துக் கொள்ளலாம். அதேசமயம் பெறப்படும் கல்விக்கட்டணத்தில் இருந்து ஒரு தொகையை மட்டும் போனால் போகிறது என்று கல்வி உதவித்தொகையாக மாணவர்களுக்கு வழங்க வேண்டும்.

- நிதியை எவ்வாறாக செலவு செய்வது என்பது பற்றி கல்லூரி நிர்வாகங்களே முடிவு செய்யும்.. அரசு தலையிடாது.

- விரைவில் எல்லா கல்லூரிகளும் பல்கலைக் கழகங்களின் பிடியிலிருந்து விடுவிக்கப்படும்.

- கல்லூரிகள் பல்கலைக் கழக அந்தஸ்து பெறலாம்.

மேற்கண்ட முன் மொழிவுகளுக்கு என்ன பொருள்? ஒட்டு மொத்தமாக சாதாரண மக்கள் படித்து வரும் உயர்கல்வியை விற்பனைக்குரிய பொருளாக்கி அதை தனியார் வசம் ஒப்படைப்பது என்பதே ஆகும்.

எங்கும் தன்னாட்சி, எதிலும் தன்னாட்சி

தன்னாட்சி என்பது இந்தியாவில் அறிமுகப்படுத்தப்பட்டு, அது வெற்றிகரமானதா இல்லையா என்பது பற்றிய ஆய்வுகள் என்ன, அவற்றின் விமர்சனங்கள், பரிந்துரைகள் என்ன என்பது பற்றியெல்லாம் விளக்காமல், விவாதிக்காமல், இனி எல்லா கல்லூரிகளும் தன்னாட்சி கல்லூரிகள்தான் என்பது அடாவடித்தனத்தின் உச்சம். இந்தியாவில் தன்னாட்சி கல்லூரிகள் என்பது பல கல்வியாளர்களால் கடுமையாக எதிர்க்கப்பட்டு வருகிறது.

இந்தியாவில் மொத்தமாக 40,000 கல்லூரிகள் இருப்பதாக முன்வரைவு தெரிவிக்கின்றது. இதில் இன்று வரை தன்னாட்சி தகுதி வழங்கப்பட்ட கல்லூரிகளின் எண்ணிக்கை மொத்தமே 695 தான். மீதி 39305 கல்லூரிகள் தன்னாட்சி என்றால் என்னவென்றே அறியாதவை. அதுவும் தமிழகத்தில்தான் 191 கல்லூரிகள் தன்னாட்சிக் கல்லூரிகளாக இருக்கின்றன. பிஹார் மாநிலத்தில் ஒரே ஒரு கல்லூரிதான் தன்னாட்சிக் கல்லூரி. பிஹாரின் கல்வித் தரம் பற்றி உலகே அறியும். அதே போன்று உத்திரபிரதேசத்தில் உள்ள தன்னாட்சிக் கல்லூரிகளின் எண்ணிக்கை 12 தான். குஜராத்திலேயே வெறும் 4 கல்லூரிகள்தான் தன்னாட்சிக் கல்லூரிகள். கேரளாவில் பலத்த எதிர்ப்புக்களுக்கிடையே சமீபத்தில்தான் தன்னாட்சி 19 கல்லூரிகளுக்கு வழங்கப்பட்டுள்ளது. இதுவரை வழங்கப்பட்ட தன்னாட்சி கூட கல்வி திட்டங்கள் பற்றிய முடிவுகள் எடுப்பதற்கான தன்னாட்சி. அப்படி ஒரு தன்னாட்சித் தகுதியை ஒரு கல்லூரி நிறுவனம் பெறவேண்டுமானால் அதற்கு ஆயிரத்தெட்டு நிபந்தனைகள் உள்ளன. அவற்றை நிறைவேற்றுவது மிகவும் சிரமமான காரியம். அதுவும் ஐந்தாண்டுகளுக்கு ஒரு முறை மதிப்பீட்டுக் குழு வருகை புரிந்து பரிசீலிக்கும். இப்போது என்னவென்றால் யு.ஜி.சி யை ஓரம் கட்டிவிட்டு, ஒரேடியாக எல்லா உயர் கல்வி நிறுவனங்களுக்கும் தன்னாட்சித்

தகுதி வழங்கப்படுமாம். அதுமட்டுமல்ல, நிதி மற்றும் நிர்வாகத்திற்கும் தன்னாட்சிதான். இதற்கு என்ன அர்த்தம்? உயர்கல்வி வளர்ச்சிக்கு தடையாக இருப்பது அரசுதானாம். எனவே அதை கட்டவிழ்த்து விட்டு விட்டால் தனியார் மற்றும் கார்ப்பரேட் நிறுவனங்கள் அதை குபு குபு என வளர்த்துவிடுமாம்.

இனி கல்லூரிகள் பட்டமளிக்கும் அதிகாரத்தைப் பெறும் என்னும் அதிரடி முடிவு எப்படிப்பட்ட சீரழிவை உருவாக்கும் என்பதைக் கற்பனைகூடச் செய்யமுடியாது. உத்திரபிரதேசத்திலும், பிஹாரிலும் கல்வி செழிப்பாக வளரும். இந்தியாவில் பணம் உள்ள அனைவரும் உயர்கல்வி பெறுவர். ஒருவேளை விற்கப்படும் பட்டத்தின் விலை வேண்டுமானால் கட்டுப்படுத்தப்படலாம்.

ஜியோ போன்ற பெரிய பெரிய கார்ப்பரேட்டுகள் இந்த விதித் தளர்விற்காகத்தான் காத்துக் கிடக்கின்றன. இந்த முன் வரைவு பாராளுமன்றத்தில் நிறைவேற்றப்பட்டால் அதிகக் கொண்டாட்டம் இவர்களுக்குத்தான். வேலை வாய்ப்புக்கல்வி என்ற பெயரில் பல பாடத்திட்டங்களை அறிவித்து, பெரும் தொகைகளை கட்டணமாகக் கறந்து கொழிக்க தயாராகி வருகின்றன. பல சுமார் வகை கல்லூரிகளுக்குப் பாடத்திட்டங்கள் தயாரித்துக் கொடுக்கும் பணியை இப்போதே பல நிறுவனங்கள் தொடங்கிவிட்டனவாம். இனி என்ன தடி எடுத்தவன் தண்டல்காரன்தான்.

ஜனநாயக வெளிகள் அடைப்பு

இவை அனைத்தும் இத்தனை நாட்களாக பாதுகாக்கப்பட்டு வந்த ஓரளவு ஜனநாயகத் தன்மை கொண்ட கல்வித் திட்டத்தை சுக்கு நூறாக உடைப்பதாகும்.

ஆசிரியர்களும் எதுவும் இனி பேச முடியாது. சங்கம் வைத்து உரிமைகளைக் கோரமுடியாது. ஏனெனில் ஆசிரியர்களின் பணி உயர்வு, இனி பணி மூப்பின் அடிப்படையில் அன்றி, நிர்வாகம் அமைக்கும் தர மதீப்பீட்டு குழுவின் நிர்ணயத்தின் அடிப்படையில் வழங்கப்படும். இப்போதே கல்லூரிகளில் பதவிகள் நிர்வாகத்திற்கு ஒத்து ஊதுபவர்களுக்குத்தான் வழங்கப்படுகின்றது. இப்படி முழு அதிகாரத்தையும் கல்லூரி நிர்வாகங்களிடம் கொடுத்துவிட்டால் உரிமை என்றெல்லாம் பேச முடியாது.

அதே போன்று மாணவர்களுக்கான ஜனநாயக அமைப்புகளுக்கான எந்தக் குறிப்பும் வரைவில் காணப்படவில்லை. ஏற்கனவே கொத்தடிமைகளாக ஆக்கப்பட்டிருக்கும் மாணவர் சமுதாயம் இனி ஈன ஸ்வரத்தில் கூட முனக முடியாது. இப்படி எல்லா ஜனநாயக வெளிகளும் அடைக்கபடும். அப்படியே குறைகளை முறையிட வேண்டுமானால் அதற்கென்று அமைக்கப்படும் ஒரு தனி ஒழுங்காணையத்திடம் முறையிடலாமாம். ஒழுங்காணையத்திடம் முறையிட்டு அதில் திருப்தி இல்லை என்றால் மட்டுமே நீதி மன்றத்தை நாட முடியும்.

இலஞ்சத்தை ஒழிக்க ஒரே வழி:

அரசு மற்றும் அரசு நிதி உதவி பெறும் கல்வி நிறுவனங்களில் அரசின் தலையீடு உள்ளது. எனவே இலஞ்சம் கொடுத்தும், சிபாரிசின் மூலமும் தகுதியற்றவர்கள் ஆசிரியர்களாகவும். நிர்வாகிகளாகவும் வாய்ப்பு பெறுகிறார்கள். இதைத் தடுத்து திறமைக்கு மட்டுமே முன்னுரிமை வழங்க வேண்டுமெனில், ஒரே தீர்வு, எல்லா கல்லூரி நிர்வாகங்களுக்கும் ஆசிரியர்களைப் பணிக்கு தேர்வு செய்யும் முழு உரிமையையும் வழங்குவதுதான் என வரைவு கூறுகிறது.

இனி என்ன, தனியார் நிர்வாகங்கள் எந்த வித கட்டுபாட்டுக்குள்ளும் வரவேண்டிய அவசியம் இல்லை. எல்லாம் பகல் கொள்ளைதான். பணி நியமனங்கள் தமிழகத்திலே ஏற்கனவே பல இலட்சங்களுக்கு விற்பனை செய்யப்பட்டு வருகின்றன. இனி அது வெளிப்படையாக நடக்கும். அது மட்டுமல்ல தங்களுக்கு அடிமைகளாக இருக்க தகுதி உள்ளவர்களை மட்டும் அவை பணிக்கு எடுத்துக் கொள்ளும்.

கல்லூரி ஆசிரியர்கள் கடுமையாகப் போராடிப் பெற்ற குறைந்த பட்ச சட்டப் பாதுகாப்புகளைக் கொண்ட தனியார் கல்லூரி ஒழுக்காற்று சட்டங்கள் புதைக்கப்படும். பணிப் பாதுகாப்பு என்பது ஒழிக்கப்பட்டு, மீண்டும் பழங்கால பண்ணையார் நிர்வாகம் ஏற்படுத்தபடும்.

இரண்டு வகைப் பல்கலைகழுங்கள்

கல்லூரிகள் பல்கலைக் கழகங்களாக மாறலாம் என்பது மட்டுமல்ல, இனி இரண்டு வகை பல்கலைக் கழகங்கள்தான் நாட்டில் இருக்கும். ஒன்று அரசு பல்கலைக் கழகங்கள், மற்றொன்று: தனியார் பல்கலைக் கழகங்கள்.. கல்லூரிகள்

பல்கலைக் கழகங்களாக ஆவது என்பதின் பொருள் என்ன? கல்வி வணிகத்தை திறம்பட தங்கு தடையின்றி நடத்தலாம் என்பதற்கான அனுமதியே அது.

யு.ஜி.சி என்ற அரண் உடைப்பு

இது வரை கல்லூரிகள் மற்றும் பல்கலைக் கழகங்களை கட்டுப்படுத்திக் கொண்டிருந்த பல்கலைகழக மான்யக் குழு இனி அதிகாரங்கள் குறைக்கப்பட்டு பெயர் மாற்றம் செய்யப்பட்டு நிதி வழங்கும் நிறுவனமாக மட்டும் செயல் படும். பல்கலைக் கழகங்களும், பிற கல்வி நிறுவனங்களும் இது வரை தாங்கள் ஏதேனும் புதிய பாடத் திட்டங்களை கொண்டு வரவேண்டுமெனில் பல்கலைகழக மான்யக் குழுவின் அங்கீகாரம் பெற்றவற்றை மட்டும்தான் கொண்டு வர இயலும். இது எதற்காக இருக்கிறது என்றால் தனியார் நிறுவனங்களும், சில பல்கலைக் கழகங்களும், தங்கள் விருப்பபடி பட்டப் படிப்புக்களை உருவாக்கி அதன் மூலம் மாணவர்களிடம் கொள்ளை அடிப்பதைத் தடுக்கத்தான். பல்கலைக் கழக மான்யக்குழுவின் கெடுபிடி இருக்கும் போதே பல உயர்கல்வி நிறுவனங்கள் தங்கள் விருப்பப்படி வணிக நோக்கத்துடன் பாடத் திட்டங்களை அறிமுகப்படுத்தி அதனால் பாதிக்கப்பட்ட மாணவர்கள் ஆயிரக்கணக்கானோர் இருக்கின்றனர். ஆனால் பல்கலைக் கழக மான்யக்குழுவின் கட்டுப்பாடுகள் உயர்கல்விக்கே உலை வைத்துக் கொண்டிருக்கிறது என்று வெளிப்படையாக தெரிவிக்கின்றது இந்த வரைவு.

பல்கலைக் கழக மான்யக்குழுவில் ஏராளமான குறைகள் காணப்பட்டாலும் 65 ஆண்டுகளுக்கு மேலாக கல்வியாளர்களின் பல விphத அனுபவபூர்வமான ஆலோசனைகளால் அது செழுமைப்படுத்தப் பட்டு வந்தது. அதை ஒரேடியாக இழுத்து மூட வேண்டும் என்பதுதான் இந்த பி.ஜே.பி. அரசின் நோக்கமாக இருந்தது. பிறகு நாட்டில் கல்வியாளர்களிடமிருந்து பலத்த எதிர்ப்பு கிளம்பியதின் காரணமாக, பல்கலை கழக மான்யக்குழுவின் அதிகாரங்களை குறைத்து அதைஒரு மூலையில் இயங்க வைக்க முடிவு செய்துள்ளது. இப்படி செய்வதால் என்ன இலாபம் இவர்களுக்கு என்று பார்த்தால், தாங்கள் தகர்க்க விரும்பும் நாட்டின் ஒட்டு மொத்த உயர்கல்வி அமைப்புக்கு முதல் தடையாக இவர்களுக்கு இருப்பது பல்கலைக்கழக மான்யக்குழுதான். ஏனெனில் யு.ஜி.சியின் விதிகள் மற்றும்

செயல்பாடுகள் பல ஆண்டுகளாக மக்களுக்குத் தரமான உயர் கல்வியை வழங்கும் வகையிலும், தனியார் மற்றும் பிற உயர்கல்வி நிறுவனங்கள் தங்கள் விருப்பபடி உயர்கல்வியை சிதைத்து கெடுத்துவிடக்கூடாது என்பதற்காகவும் ஆக்கப்பட்டவை. இந்த அரணை உடைத்தாலன்றி, கல்வியை தாராளமயமாக்க, தனியாரிடம் ஒட்டு மொத்தமாக தாரைவார்க்க இயலாது.

கோடிக்கணக்கானோர் உடனடி உயர்கல்வி பெறும் அதிசயத் திட்டம்

நாட்டில் கல்வி கற்றோர் விகிதத்தை (GER) 2035க்குள் 50 சதவிகிதமாக ஆக்க வேண்டும். ஆகவே மாணவர் சேர்க்கையை ஒவ்வொரு கல்வி நிறுவனமும் இரட்டிப்பு ஆக்க வேண்டும். உயர்கல்வியை விரைவாக அதிக மக்களுக்குக் கொண்டு செல்லவேண்டும் என்பதற்காக பல்கலைக் கழகங்கள் மற்றும் கல்லூரிகள் 10000 முதல் 25000 வரை மாணவர்களைச் சேர்க்கவேண்டுமாம். உள்ளவர்களுக்கே இடமும், பரிசோதனைச்சாலை வசதிகளும், கழிப்பறை வசதிகளும். பெண்களுக்கான இடங்களும், விடுதிகளும், ஆசிரியர் பற்றாக் குறையும் உள்ளது.

இதையும் தாண்டி வகை 2 & 1 கல்வி நிறுவனங்கள் அனைத்தும் திறந்த நிலை மற்றும் தொலைத்தொடர்பு கல்வி வழங்கலாம். அதாவது பல்கலைக்கழகங்கள் மட்டுமின்றி கல்லூரிகளும் திறந்த நிலை மற்றும் தொலைத் தொடர்பு கல்வி வழங்கலாம்.. அனைத்துக் கட்டுப்பாடுகளுடன் படிப்புக்களை வழங்கும் போதே இங்கு கொள்ளையடிக்கப்படுகிறது. இதில் திறந்த நிலை மற்றும் தொலைதூரக் கல்வியை கல்லூரிகளே நடத்தி பட்டத்தையும் அவர்களே வழங்கத் தொடங்கினால் அவ்வளவுதான். மசானக் கொள்ளைதான். ஊருக்கு ஊர் கல்லூரிகளின் தொடர்பு நிலையங்கள் எனும் பெயரில் ஆள் பிடிக்கும் பணி தொடங்கும். பட்டங்கள் போட்டி போட்டுக் கொண்டு பல வகை பிராண்டுகளில் விற்கப் படும்.

பல்கலைக் கழகங்கள் போல பல்கலை கல்லூரிகள் இன்றைய தேவை என்கிறது வரைவு. அதாவது இரண்டு அறிவியல் படிப்புகள். இரண்டு கலை படிப்புகள், கணிதம் மற்றும் ஒரு சமூக அறிவியல் படிப்பு போன்றவை பட்டபடிப்பு அளவிலே ஒரு கல்லூரியில் இருக்குமானால் அதுவே

பல்கலைகல்லூரி எனப்படும். தமிழகத்தில் காணப்படும் பெரும்பாலான கலை அறிவியல் கல்லூரிகள் ஏற்கெனவே பல்கலைக் கல்லூரிகள்தான். ஆனால் வட இந்தியாவில் ஒரு பாடதிட்டத்தை மட்டும் நடத்தும் கல்லூரிகள் ஏராளமாக உள்ளனவாம். அவையெல்லாம் இனி பல்கலைக் கல்லூரிகளாக மாறும். மாறவேண்டும். இல்லாவிடில் மூடவேண்டும்.

சிறப்பு கல்வி மண்டலங்களும், நவோதயா கல்லூரிகளும்

- புதிய கல்விக்கொள்கையின் படி மூன்றுவகை உயர்கல்வி நிறுவனங்கள் அமைக்கப்படும் ஆராய்ச்சிக்கு மட்டுமே ஆனது வகை 1, ஆராய்ச்சியும் கற்பித்தலும் இணைந்தது வகை 2, மூன்றாவது கற்பித்தல் மட்டுமே கொண்ட நிறுவனம். அதைப்போல சிறப்பு பொருளாதர மண்டலங்கள் போல சிறப்பு கல்வி மண்டலங்களும் உருவாக்கப்படும்.

- 50 லட்சம் மக்கள் தொகைக்கு வகை1 நிறுவனமும் 5 லட்சம் மக்கள் தொகைக்கு வகை 2 நிறுவனமும் இரண்டு இலட்சத்திற்கு வகை 3 நிறுவனமும் அமைக்கப்படும்.

- உயர்கல்விக்கூடங்கள் மறுசீரமைப்புச் செய்யப்பட்டு சகல வசதிகளுடன் பல்துறை அறிவு சார் கல்வியும் வழங்கக் கூடிய அளவில் உருவாக்கப்படும். அவை உலகத்தரம் வாய்ந்த முன்மாதிரி உயர்கல்வி நிறுவனங்கள் ஆக அமையும். இம்மாதிரியான முன்மாதிரி உயர்நிலைக் கல்வி நிறுவனங்கள் நவோதயா பள்ளிகள் போன்று மாவட்டத்திற்கு ஒன்று என படிப்படியாக உருவாக்கப்படுமாம்

- இந்த சிறப்பு கல்வி மண்டலமும் சரி, முன்மாதிரி உயர்கல்வி நிறுவனங்களும் சரி அனைவருக்குமானது அல்ல.அவை குறிப்பிட்ட ஒரு எண்ணிக்கையினருக்கு மட்டுமே பலனளிக்கும்.

இருபக்க மூளையையும் செயல் படவைக்கும் அபூர்வக் கல்வித் திட்டம்:
- இதுவரை ஒருபக்க மூளையை மட்டுமே உயர் கல்வி வளர்த்து வந்ததாம். அதனால்தான் நாம் நோபல் பரிசு எதுவும் பெறமுடியாமல் போனது.இனி வரும் காலங்களில் ஒரு பக்கம் கலை மற்றும் கற்பனைக்கான மூளையின் செயல்பாடு, மறுபக்கம் அறிவியல் மற்றும் விமர்சனக் கூறு கொண்ட மூளையின் செயல்பாடு என இரண்டையும் வீர்யமாக வளர்க்கும் கல்வி திட்டங்கள் உருவாக்கப்படும் என்று புதிய கல்வி

கொள்கை திட்டம் கூறுகின்றது. இதை எப்படி செய்யப் போகிறதென்றால் புதை பொருள் ஆராய்ச்சி மூலம் கண்டெடுக்கப்பட்டுள்ள காம சூத்திரம் மற்றும் சாணக்கியரின் அர்த்த சாத்திரம் போன்ற பல காவியங்களின் மூலம் செயல்பட வைக்க உள்ளதாம், இதைப் படித்துவிட்டு அழுவதா சிரிப்பதா என்று தெரியவில்லை.

ஆழமான அறிவையும், ஆரோக்கியமான அறிவியல் பார்வையையும் உருவாக்கும் கல்விக்கு இனி வேலை கிடையாது. எல்லா சமுக ஞானிகளுக்கும் கல்வியகங்கள் விடை கொடுத்துவிடும். இவர்கள் குறிப்பிடுவது போல இரண்டுபக்க மூளையும் விருத்தி ஆகி முழு ஆளுமை கொண்ட மாணவர் உருவாக வாய்ப்பே இல்லை. ஏனெனில் உயர்கல்வி கூடங்களுக்கிடையே உருவாகும் போட்டியில், கல்வி என்பது வெறும் வேலை வாய்ப்பைப் பெற்றுத்தரும் அளவில்தான் இருக்கும். ஆராய்ச்சி எல்லாம் கூட குறைந்து போகத்தான் வாய்ப்பு. ஆனால் உயர் தட்டு சமூகத்தைச் சேர்ந்தவர்கள் அப்படிப்பட்ட கல்வியகங்களில் படிக்க வாய்ப்பு பெற்று ஆராய்ச்சிகளை மேற்கொள்வது எளிது. குப்பனும், சுப்பனும் அந்தப்பக்கம் போகவே முடியாது என்பதே நிதர்சனம்

கலை அறிவியல் கல்லூரிகளில் நீட் தேர்வு

அரசு கல்வியகங்களில் இளங்கலை அறிவியல் மற்றும் கலைப் படிப்பு சேரவிரும்புபவர்கள் தேசிய அளவிலான தர நிர்ணய அமைப்பு நடத்தும் நுழைவுத் தேர்வு எழுதி தேர்ச்சியடைந்தால்தான் சேரமுடியும் என்பது சமுக நீதிக்கு எதிரான சதித்திட்டம் தெரிவிக்கப்பட்டுள்ளது. இந்த முன் வரைவு இட ஒதுக்கீடு பற்றி மூச்சுக் கூடவிடவில்லை. ஆனால் இந்த நுழைவுத் தேர்வு எப்படி எழுத இயலும். யார் எழுத இயலும்? நீட் தேர்வுக்காக போராடியவர்கள் இந்த நீட்டுக்காகவும் தயாராகவேண்டும் எத்தனை உயிர்களை இந்தத் தேர்வு பலி கேட்கப் போகிறதோ தெரியவில்லை.

பொதுவாக அரசு மற்றும் உதவி பெறும் கல்லூரிகளில் இளங்கலைப் படிப்புகள் படிக்க வருபவர்கள் பெரும்பாலானோர் பொருளாதர ரீதியாக மிகவும் பின் தங்கியவர்களாகவும், குடும்பத்தில் முதன் முறை பட்டம் பயில்பவர்களகவும் தான் இருக்கிறார்கள். இவர்கள் நுழைவுத் தேர்வு எழுதியெல்லாம் வருவது மிக மிகக் கடினம். ஆகவே உயர்கல்வியை விட்டு

விலகிப் போவது மட்டுமல்ல, தொழிற்கல்வி என்ற பெயரில் குலக் கல்வியைக் கற்க விரட்டப்படுவார்கள்.

ஒரு புறம் அரசு கல்லூரிகளில் சேர்வதற்கு தர நிர்ணயத் தேர்வு, மறுபுறம் தனியார் கல்லூரிகளில் அவர்கள் விருப்பப்படி விதி முறைகளை உருவாக்கி மாணவர் சேர்க்கையை நடத்துவது . அதாவது பணம் உள்ளவர் எந்த கட்டுப்படுமின்றி தகுதியும் இன்றி சேர்ப்பது என்பது நல்ல தமிழில் சொல்வதென்றால் «அயோக்கியத்தனம் எனலாம்..

ஆசிரியர் -மாணவர்களுக்கான ஜனநாயக பங்கேற்பு பற்றி இந்த அறிக்கை மூச்சு கூடவிடவில்லை. மொத்தத்தில் அரசு உயர் கல்வி வழங்கும் பொறுப்பை மொத்தமாக கைகழுவி தனியாரிடம் அவர்களுக்குரிய முழு சுதந்திரத்துடன் தாரை **வார்க்கும் சதி திட்டமே புதிய கல்வி கொள்கையாகும்.**

வெளிநாட்டு பல்கலைக் கழங்களுக்கான வணிக அனுமதி

பல ஆண்டுகளுக்கு முன்னரே காட்ஸ் (GATS) ஒப்பந்தத்தின்படி, கல்வி கடைச்சரக்காகி விட்டது. கல்வித்துறையில் அந்நியநேரடி முதலீடு எப்போதோ அனுமதித்தாகி விட்டது. வெளிநாட்டு பல்கலைக்கழகங்கள் இங்கு உள்ள நிறுவனங்களோடு கூட்டாக இணைந்து கல்வி நிறுவனங்களை நடத்தலாம். ஆனால் நம் நாட்டில், AICTE மற்றும் யு.ஜி.சி யின் அனுமதி இன்றி எந்தக் கல்வி நிறுவனமும் நடத்த முடியாது. அவை அனுமதிக்கவில்லை எனவே குறுக்கு வழியாக, கல்வியை கம்பெனி சட்டத்தின் கீழ் கொண்டு வந்து யு.ஜி.சி. அனுமதியின்றி செயல் பட்டு, கல்வியை வணிகமயமாக்க அரசு முயற்சி செய்தது. அதுவும் பலிக்கவில்லை. எனவே புதியக் கல்விக் கொள்கை மூலம் தங்கள் தாராளமயத் திட்டங்களுக்கான தடைகளைத் தகர்த்தெறிய திட்டமிட்டுள்ளது அரசு. அப்படி நடந்தால், சமூகநீதி அங்கு சாத்தியமே இல்லை. இன்றைக்கு காலத்துக்கு ஏற்ற வகையில் புதிய படிப்புகள் எதுவும் அரசு மற்றும் அரசு உதவிபெறும் கல்வி நிறுவனங்களில் வழங்கப்படுவதில்லை.. புதிய தளங்களில், தொழில்நுட்பப் படிப்புகளை படிக்க விரும்புபவர்களை மேலை நாட்டுப் பல்கலை கழகங்கள் ஈர்க்கின்றன. இந்தியாவில் எந்த கல்வி நிறுவனமும் மேலை நாட்டு நிறுவனங்களுடன் ஒப்பந்தம் செய்து, பட்டப் படிப்புகளை வழங்கலாம். இங்கு இரண்டாண்டும்,

வெளிநாட்டில் ஒரு ஆண்டும் படிக்கலாம் என்பதே திட்டம். இது ஏற்கனவே சில தொழில் படிப்புக் கல்லூரிகளில் அமல் படுத்தப்பட்டுவருகின்றது. இதில் சரியான வருமானம் உள்ளதாம். வெளிநாட்டுக் கல்வி மோகத்தில் இருக்கும் வசதி படைத்தவர்கள் இதில் சேருவதற்கான பெரிய சந்தை இருக்கின்றது.

இதில் முரண்பாடு என்னவென்றால் வெளிநாட்டு கல்வி நிறுவனங்களுக்கு கதவைத் திறந்துவிடும் இந்த முன் வரைவு இந்தியாவில் படி (Study in India) என்ற வெற்று முழக்கத்தையும் அரசியல் இலாபத்திற்காக வைக்கின்றது. வெளிநாட்டு மாணவர்களை கவரும் இந்தியப் படிப்பாக யோகா, ஆயுர்வேதம் போன்ற படிப்புக்களை வழங்குவார்களாம். வெளி நாட்டு மாணவர்களை கவரும் விளம்பர யுக்திகளையும் கையாளப்போவதாக இந்த வரைவு கூறுகிறது. தரமான கல்வி, பயனுள்ள கல்வி எங்கு கிடைக்கிறதோ அங்கு மாணவர்கள் போக, வரக்கூடும். அதற்கான பிராண்டிங் எனப்படும் விளம்பர யுக்திகள் மேற்கொள்வது என்பது நாம் காட்ஸ் ஒப்பந்தத்திற்கு எவ்வளவு பணிவான அடிமையாக ஆகியிருக்கிறோம் என்பதைக் காட்டுகிறது.

1996 முதல் 2018 வரை தனியார் கல்வி நிறுவனங்கள் ஆண்டுக்கு %10 வளர்ச்சி அடைந்துள்ளன. ஆனால் அரசு கல்லூரிகள் 1.5 சதவிகிதம் தான் உருவாகியிருக்கின்றன. மனிதவளமேம்பாட்டுத்துறையின் ஒரு அறிக்கையின் படி 60 சதவிகிதத்திற்கும் மேற்பட்ட மாணவர்கள் இன்று தனியார் சுயநிதிக்கல்லூரிகளில்பயில்கிறார்கள் என்று குறிப்பிடுகிறது

சமூக நீதியின் மரணம்

இந்திய கல்விகுறித்த பிரச்சினைகளில் முதன்மையானது கல்வி கிடைப்பதில் உள்ள ஏற்றத்தாழ்வுகள் ஆகும். பழங்குடியினரும் தாழ்த்தப்பட்ட மக்களும் இன்றளவிலும் மிகக் குறைவான அளவே உயர் கல்வி பெறுவதாக ஆய்வறிக்கைகள் கூறுகின்றன. எஸ்.சி.எஸ்.டி பிரிவினரில் இருந்து மொத்தமாக 17 சதவீத்தினர்தான் உயர்கல்வி பெறுகிறார்கள் அதிலும் பழங்குடி மக்கள் 7 சதவிகிதம்தான் உயர்கல்வி பயில்கிறார்கள் என்று ஆய்வு தெரிவிக்கின்றது.

இந்த நிலையில், தாழ்த்தப்பட்ட மற்றும் பழங்குடி மக்களுக்கு உயர்கல்வியை எப்படி கொண்டு சேர்ப்பது என்பது பற்றி இந்த முன்வரைவு எந்த கவலையும் கொள்ளவில்லை. மாறாக தனியார் நிறுவனங்களுக்குஓட்டுமொத்த கல்வி செயல்பாடுகளையும், அதற்குரிய அதிகாரங்களையும் தாரை வார்ப்பது என்பது அம்மக்களுக்கு இழைக்கக்கூடிய மிகப்பெரிய துரோகமாகும்.

ஆராய்ச்சியும் அரசியலும்

தேசிய ஆராய்ச்சி நிறுவனம் உருவாக்கப்பட்டு அதன் மூலமாக ஆராய்ச்சிக்குரிய நிதி உதவி வழங்கப்படும்.

தகுதியின் அடிப்படையிலும், மேற்கொள்ளும் ஆய்வின் முக்கியத்துவம் கருதியும் இந்த நிதி உதவி ஆசிரியர்களுக்கும், ஆய்வாளர்களுக்கும் கல்வி நிறுவனங்களுக்கும் வழங்கப்படும்.

இம்மாதிரி மையப்படுத்தப்பட்ட அதிகார அமைப்புகளால் ஆராய்ச்சிகள் வளர வாய்ப்பே இல்லை. அரசியல்தான் வளரும். வட்டார அளவிலே நிதி வழங்கப்பட்டு ஆங்காங்கு உள்ள கல்வியாளர்கள் ஆரய்ச்சிக்கான தேவை மற்றும் ஆய்வு முறைகள் பற்றிய தர நிர்ணயம் ஆகியவற்றை கணித்து, ஆய்வு நிதிகளை வழங்குவது ஜனநாயகப் பூர்வமானதாகும்.

ராஷ்ட்ரீய சிக்ஷ ஆயோக் எனப்படும் ராஷ்ட்ரீய ஸ்வயம் சேவக்

எல்லாவற்றிற்கும் முத்தாய்ப்பாக அகில இந்திய அளவிலே ராஷ்ட்ரீய ஷிக்சா ஆயோக் எனும் தேசிய கல்வி ஆணையம் நிறுவப்படும். இதுதான் உயர் மட்ட அதிகாரம் கொண்ட அமைப்பாகும். இதன் தலைவராக பிரதம மந்திரி இருப்பார். துணைத் தலைவராக மத்திய உயர் கல்விதுறை அமைச்சர் இருப்பார். மனித வள மேம்பாட்டுத்துறை மத்திய கல்வித் துறை என பெயர் மாற்றம் செய்யப்படும். இந்த தேசியக் கல்வி ஆணையத்தில் 40 30 உறுப்பினர்கள் இருப்பார்கள். அதில் பெருவாரியாக அமைச்சர்களும், அதிகாரிகளும் இருப்பார்கள். அரசால் அடையாளம் காணப்படும் கல்வியாளர்களும் இருப்பார்கள்.

தேசியக் கல்வி ஆணையம் கல்வித் திட்டங்கள் பற்றியும், கல்வி வளர்ச்சி குறித்தும், செயல்பாடுகள் பற்றியும், கல்வியில்

செய்யப்படவேண்டிய மாற்றங்கள் குறித்தும் முடிவு எடுக்கும் உரிமை பெற்றது. அதாவது நீங்கள் என்னதான் கல்வியில் மாற்றம், முன்னேற்றம் கொண்டுவந்தாலும், அதை மோடிஜிக்கும் அவர் நண்பர்களுக்கும் பிடிக்கவில்லை எனில் அவற்றை நிராகரிக்கும் உரிமை உண்டு. அதே போல ஓரிரவில் பண மதிப்பீட்டிழப்பு செய்தது போல அவர் விரும்பும் கல்வி திட்டத்தை அமல் படுத்தவும் முடியும். கல்வியாளர்கள் வாய் பொத்தி கட்டளையை நிறைவேற்றவேண்டியதுதான். அப்படி செய்வதற்காக ஏற்கெனவே கல்வி அதிகார அமைப்புகளில் ஆட்கள் புகுத்தப்பட்டு இருப்பதும் அனைவரும் அறிந்ததே.

இதேபோல மாநிலங்கள் அளவிலும் மாநிலக் கல்வி ஆணையத்தை மாநிலங்கள் அமைத்துக் கொள்ளலாம். தமிழகத்தில் அப்படி அமைக்கப்பட்டால் அதற்கு எடப்பாடி அவர்களே தலைவராக இருப்பார். செல்லூர் ராஜு முக்கிய உறுப்பினராகவும் இருக்க வாய்ப்புக்கள் ஏராளம்.

அணுகுண்டு

2030க்கு பிறகு படிப்படியாக உயர்கல்வி நிறுவனங்களை முடிவிடுவார்களாம். பிறகு இருக்கும் பல்கலைக் கழகங்கள் மற்றும் கல்லூரிகளில்தான் மாணவர்கள் ஆயிரக்கணக்கில் அடைபட்டுப் பயிலவேண்டுமாம். அது ஏன் என்று புரியவில்லை. பிறகு யாரும் படிக்க வரமாட்டார்களா, இல்லை மக்கள் தொகை இத்தோடு நின்றுவிடுமா இல்லை உலகம் அழியப்போகிறதா என்றெல்லாம் யோசிக்க வைக்கின்றனர்.

தேவை ஜனநாயகக் கல்வி

பண்பாட்டுப் பன்மைத்தன்மை கொண்ட இந்திய சமூகத்தில்அறிவார்ந்த நீதியின் அடிப்படையிலான விழுமியங் களையும்,சகோதரத்துவத்தையும் அறம் சார்ந்த வாழ்வியல் கூறுகளையும் உயர் கல்வி வழங்க வேண்டும் என்பதும், மதவெறி, மூடநம்பிக்கை மற்றும் இனவெறி, சாதி வெறி போன்றவற்றை அறவே ஒழிக்க கூடிய கல்வித் திட்டங்கள் நாட்டின் தேவையாக இருக்கின்றன என்பது குறித்தும், அறிவியல் உலகில் இந்தியா முன்னேற்றமடைய எத்தகைய ஆராய்ச்சிகள் மேற்கொள்ளவேண்டும், அதற்கு அரசின் ஆதரவு எத்தகையது என்பன பற்றியெல்லாம் கஸ்தூரிரங்கன் கமிட்டி

எந்த அக்கறையும் கொள்ளாதது மிகவும் வருத்தமான விஷயம் ஆகும்.

பெண் கல்வி குறித்தும் எதுவும் சொல்லப்படாதது அவர்களுக்கு பெண்கள் மீது எவ்வளவு அக்கறை என்பதைக் காட்டுகிறது.

கல்வியை முழுக்க முழுக்க வணிகமாக்குவது என்பது நாட்டிற்கு எவ்வளவு பெரிய சீரழிவை உண்டாக்கும் என்பதை கொஞ்சம் கூட கவலைப்படாத ஒரு கூட்டம் பாடுபட்டு சுதந்திரம் பெற்று இத்தனை ஆண்டுகள் மிகவும் கஷ்டப்பட்டு எழுப்பி வரும் உயர்கல்வி எனும் மாளிகையை தகர்க்கப் போகிறது. அறிவு ஜீவிகளும், தீவிர நுகர்வோர் பண்பாட்டில் மூழ்கிக் கிடக்கும் பொது மக்களும் அமைதி காப்பது என்பது அவர்களைத் தேச விரோதிகளாக்கும்.

அனைவருக்குமான ஜனநாயகபூர்வமான, மதச்சார்பற்ற – அறிவியல் போக்கு கொண்ட உயர்கல்வியை அரசே தரமாக அனைவருக்கும் வழங்க வேண்டும். அதை வலியுறுத்தும் தொடர் இயக்கங்களில் ஒவ்வொருவரும் பங்கேற்க வேண்டும். இது ஜனநாயகத்தைக் காக்கும் போர் ஆகும். கல்வி என்பது பணம் சம்பாதிக்க மட்டும் இல்லை. அது உயர்வான சமுதாயத்தை உருவாக்கும் பண்பாட்டுப் பாதை என்பதையும் அனைவரும் புரிந்துகொள்ளவேண்டும். ◆

தேசிய கல்விக் கொள்கையில் அறிவியல்,
தொழிநுட்பம், அறிவியல் கண்ணோட்டம்:
ஆபத்துக்களும் அபத்தங்களும்...

பேரா.பொ.இராஜமாணிக்கம்

அறிவியல் தொழிநுட்பம் குறித்து தேசியக் கல்விக் கொள்கை கூறுவது என்ன?

புதிய கல்விக் கொள்கையின் வரைவு அறிக்கையின் ஆரம்பமே இந்திய மையக் கல்வி என்பது தான். ஏனென்றால் இந்தியா நீண்ட காலமாக புகழ் மிக்க முழுமையடைந்த கல்வியை வழங்கி வந்திருக்கிறது எனப் பெருமையுடன் அறிவிக்கிறது. இந்திய மையக் கல்வியின் நோக்கமாகக் குறிப்பிடுவது என்னவெனில்..இந்திய மக்களின் பன்முகத்தன்மை, அவர்களின் பாரம்பரியம், பண்பாடு, மொழிகள் ஆகியவற்றை உள்ளடக்கிய அறிவுசார் சமூகம் என அறிவிக்கிறது.....பண்டைய கல்வியின் முக்கிய நோக்கம் அறிவைப் பெறுவது மட்டுமல்ல இந்த உலகில் வாழ்வதற்கான தயாரிப்பிற்காகவும் தன்னைப் பற்றி முழுமையாக அறிந்து கொள்வதும் தன்னை விடுவித்துக் கொள்வதும் ஆகும் எனக் கூறுகிறது.

இந்தியக் கல்வி முறை சரக்கா, சுஸ்ருதா, ஆரியப்பட்டா, பாஸ்கராச்சாரியா, சாணக்கியா, பதஞ்சலி, பாணினி போன்ற அறிஞர்களை உருவாக்கியுள்ளது என்றும் கணிதம், வானவியல்,உலோகவியல், மருத்துவம், அறுவை சிகிச்சை, சிவில் மற்றும் கட்டிடக் கலை, கப்பல் கட்டுதல், கடல் பயணங்கள், யோகா, நுண் கலை, சதுரங்கம் உள்ளிட்டவற்றில் உலக அறிவிற்கு இந்தியா பங்களித்துள்ளது எனப் பேசுகிறது. உண்மை தான்.

இளம் குழந்தை பாதுகாப்பு, முன் பருவக்கல்வியின் நோக்கமாகக் குறிப்பிடுவது...பல்லாயிரம் ஆண்டுகளாக கலை, கதைகள், செய்யுள்கள், பாடல்கள்.... ஆகியன சிறு குழந்தைகள் வளர்ப்பு & கல்வியில் சேர்க்கப்படும் எனவும் இதன் மூலம்

உள்ளூர்த் தன்மையும், மகிழ்ச்சியும், ஆச்சரியமும், பண்பாடும், அடையாளமும் சமூக உணர்வும் உருவாக்கப்படும்...

எல்லா நிலையிலும் இந்திய மற்றும் உள்ளூர் பண்பாடு இணைக்கப்பட்டு நேர்மையான அணுகுமுறையும், சமூக உணர்வும், கணக்கிடும் முறையில் சிந்திப்பதும், நவீன டிஜிடல் அறிவு பெறுவதும், இதனோடு அறிவியல் மனப்பான்மை உருவாக்குவதும் என குறிப்பிடப்பட்டுள்ளது...

அறிவியல் மனப்பானமை குறித்து தேசியக் கல்விக் கொள்கை கூறுவது என்ன?

அறிவியல் மனப்பான்மை என்ற பகுதியில் அறிவியல் மனப்பான்மையை உருவாக்குவது எனவும், ஆதாரத்துடன் கூடிய சிந்தனையை வளர்ப்பது எனவும் இதற்கான முறைகள் கலைத்திட்டம் திட்டம் முழுவதும் உருவாக்கப்படும். ஆதாரத்தின் மூலம் சிந்திப்பதும், அறிவியல் வழிமுறைகளை உள்ளடக்கிய கலைத் திட்டம் உருவாக்கபப்டும். இது அறிவியலிலும் பாரம்பரிய அறிவியல் சாரா பாடநகளிலும் கடைப்பிடிக்கப்படும். இதன் மூலம் பகுத்தறிவு, அலசுதல், லாஜிகல், கணக்கீடு உள்ளிட்ட பண்புகளை ஊக்குவிக்கும் வகையில் அனைத்து கலைத் திட்டத்திலும் கடைப்பிடிக்கப்படும்.

கலைத்திட்டம், பாடத்திட்டம் முழுவதும் ஆதாரம் கொண்டதும், அறிவியல் சிந்தனையும் கொண்டதாக இருப்பின் பகுத்தறிவு, ஒழுக்கம், அன்பு ஆகிய பண்புகள் உருவக்கப்பட்டு நல்ல, திட்டமிட்ட அருமையான முடிவுகளை வாழ்நாள் முழுவதுமெடுக்க உதவிடமுடியும். ஆதாரம் மீதான சிந்தனையும் அறிவியல் மனப்பான்மையும் கற்றுக் கொடுப்பதில் முக்கிய காரணியாகக் கைக்கொள்ளப்பட்டு மாணவர்கள் எவ்வாறு கற்றுக் கொள்வது, புதிய நிலைக்கு தக்கவாறு தகவமைத்துக் கொள்வது வாழ்நாள் முழுவதும் கற்பவராக மாறுவது எனக் கொள்கையில் குறிப்பிடப்பட்டுள்ளது.

பாரம்பரியப் பெருமை பேசும் தேசியக் கல்விக் கொள்கை

இந்தியாவின் கல்வி எனபது பிரிட்ஷார் வரும் வரை பல்வேறு படையெடுப்புகளின் வழியாக பல்வகைப் பண்பாடுகள் உருவாகி உள்ளதென்றும் அவற்றை உள்வாங்கிக்

கொண்டு தனித் தன்மையுடன் விளங்கி வருகிறதென்றும் குறிப்பிடப்படுள்ளது.

உலகப் பாரம்பரியத்தில் இந்தியா என்பது பன்முகத்தன்மை கொண்ட தொட்டில் என்கிறது. பன்மொழிகள், அதன் உப மொழிகள், ஏழு வகையான நாட்டியங்கள், இரண்டு பழமையான இசைகள், தலைசிறந்த கிராமியக் கலைகள், இசைகள், மட்பாண்டம், தொழில்சிற்பம் வடித்தல், உலோக கலைகள், கட்டடக் கலைகள், உணவு வகைகள்..என பாரம்பரியமிக்க பண்பாடு கொண்டுள்ளது. இந்த பெருமைமிகு உலகப்புகழ் மிக்க பாரம்பரியதை நமது கல்வியுடன் இணைத்து புதிய பயன்பாட்டிற்கு உகந்ததாக கல்வி முறையில் மாற்றம் கொண்டு வரப்படும். இவைகள் தாராளக் கலைப் படிப்புகள் மூலம் கல்லூரிக் கல்வியில் இணைக்கப்படும்.

மேலும் ஐன்ஸ்டீன் குறிப்பையும் மேற்கோள் காட்டுகிறது: "பள்ளியில் நீங்கள் படிக்கும் அற்புதமானவை எல்லாம் பல தலை முறைகளில் உருவாக்கப்பட்டது ஆகும். அவைகள் யாவும் உங்கள் கையில் கொடுக்கப்படுகிறது, அதை மரியாதை கொடுத்து மென்மையாக்கி அடுத்த தலைமுறைக்கு வழங்க வேண்டும். இதன் மூலம் நமது அழிவன என்பதெல்லாம் அழியாமல் நிரந்தரமானவைகளாகத் தொடரும்"

நமது உடலையெல்லாம் மெலிதாக்கி வானத்தில் பறக்கச் செய்யும் வகையில் இந்த தேசியக் கல்விக் கொள்கையில் அறிவியல், தொழிநுட்பம் பற்றிப் பேசப்படுகிறது. அதாவது முழுக்க முழுக்க பாரம்பரிய அறிவியல் தொழில்நுட்பம் பற்றியே பேசி வருகிறது. தற்போது முன்னேறிவரும் அறிவியல், தொழிநுட்பம் குறித்த பார்வை மிகக் குறைவாகவே உள்ளது.

பாரம்பரியம் பேசி குலத் தொழிலை நிறுவுகிறது:_

முன்பருவக் கல்வி முதல் உயர்கல்வி வரை பாரம்பரிய அறிவு, கைத் தொழிலை கற்றுக் கொடுக்கும் ஏற்பாடு மிகுதியாக காணப்படுகிறது. களிமண்ணில் பொருட்கள் செய்தல், தோட்ட வேலை செய்தல் என ஆரம்பித்து விளையாட்டு, யோகா, நடனம் நாட்டியம், சிற்ப வேலைகள், மண்பாண்டம் தொழில், மரவேலைகள், மின்சார வேலைகள்

ஆகியன பாடம் சார் கல்விகளாகப் பயிற்றுவிக்கப்படும். அகடெமிக் பிரிவுக்கும் தொழிற்கல்விக்கும் வேறுபாடில்லாமல் சமமானதாகக் கற்றுக் கொடுக்கப்படும்.

கலை அறிவியல் கல்லூரிகளிலும் உள்ளூர் பாரம்பரியத் தொழில் குறித்த அறிவும் அதனை மேம்படுத்தும் வகையில் மாணவர்களுக்கு உயர்கல்வியில் வாய்ப்பளிக்கப்படும் எனத் தெரிகிறது. இதன் மூலம் பாரம்பரியத்தொழில்கள் என்பது நவீன வடிவில் நிலைநிறுத்தப்பட உள்ளது. இவர்கள் உள்ளூரில் அழகுக் கலை தொழிலாளிகளாகவும், சமையல்கலைத் தொழிலாளியாகவும், ஃபிட்டர், எலெக்ட்ரிசியன் தொழிலாளியாகவும் உள்ளூர் அளவில் நிலை நிறுத்தப்படும் அவலம் எற்படும்.

அனைவருக்குமான அறிவியல் தொழிநுட்பக்கல்வியை மறுக்கிறது..

குழந்தைப் பருவக்கல்வி முதல் உயர்கல்வி வரை பாரம்பரியம், பண்பாடு பற்றிய பெருமை விரவிக்கிடக்கிறது. ஆனால் அந்த பாரம்பரிய அறிவும் தொழில்நுட்பமும் எவ்வாறு பண்டைய இந்தியாவில் ஒவ்வொரு குறிப்பிட்ட சமூகத்திற்கு உரியதாகவும், அனைத்துப் பாரம்பரியத் தொழில்கள் யாவும் இழி தொழிலாகவும் ஒதுக்கி வைக்கப்பட்டது எனவும் எல்லோருக்கும் தெரியும். ஆனால் அந்த பாரம்பரியத் தொழில்கள் தான் இன்று நவீன அறிவியல் தொழில்நுட்பமாக மாறியுள்ளது.

மண்பாண்டத் தொழில் செராமிக் தொழில்நுட்பமாகவும், தோல் பதனிடும் தொழில் இன்று லெதர் தொழில்நுட்பப் படிப்பாகவும், நெசவு நெய்தல் டெக்ஸ்டைல் தொழில் நுட்பமாகவும், பிள்ளைப் பேறு பார்த்தல், உடலின் கட்டி, புண் போன்ற அறுவைச்சிகிச்சை செய்த சவரத்தொழிலாளியின் குடும்பத் தொழில் மருத்துவக் கல்வியாகவும் மாறியுள்ளது என்பது தானே உண்மை. ஆனால் இந்த பாரம்பரியச் சமூகங்கள் முன்னேற்றம் இல்லாமல் அப்படியே தான் உள்ளன. இது போன்ற அறிவியல் தொழில்நுட்பப் படிப்புகளை சமூக நீதியின் அடிப்படையில் வழங்காமல் நீட் போன்ற அனைத்து உயர்கல்விக்கும் சொல்லப்போனால் கலை அறிவியல் படிப்புகளுக்கும் கூட 12ம் வகுப்புப் படித்த பின்னர் தேசிய

நுழைவுத் தேர்வுகள் மூலம் இச் சமூகத்திற்குக் கிடைப்பதைத் தடை செய்து அனிதா போன்ற மாணவிகள் தற்கொலைக்குத் தான் இந்தக் கல்விக் கொள்கை மேலும் வழிவகுக்கிறது.

அறிவியல் கண்ணோட்டம் அழிப்பிற்கான கல்வி:

குழந்தைப் பருவ முதல் குடும்பப் பாரம்பரியக் கதைகள், நீதிக் கதைகள், பஞ்ச தந்திரக் கதைகள், ஜாதகக் கதைகள், கீதா உபதேசம் ஆகியவை வழங்குவதற்கு இக்கொள்கை வழி வகுக்கிறது. இந்த முறையற்ற உபதேசங்களைச் செய்வதற்கு உள்ளூரில் இருந்து கல்விப் பயிற்சியாளர்கள் (TUTORS), மனநல ஆலோசகர்கள் (COUNSELLORS) மூலம் மாணவர்களுக்கு நீதி போதனை ஒழுக்கக் கல்வி கற்றுக் கொடுக்கப்படும் என்கிறது. இதற்கென தேசிய அளவில் பயிற்சி அளிக்கப்படும் தேசிய கல்விப் பயிற்சியாளர்கள் திட்டம் ஆரம்பிக்கப்படும் என்கிறது. இதன் மூலம் உள்ளூர் இளைஞர்கள், பிறர் பயிற்சி அளிக்கப்படுவர். உள்ளூர் சாமியார்கள், ஆன்மிக வாதிகள், கதாகாலேட்சேப குழுக்கள் பள்ளிகளில் நுழைந்து நீதிக் கதைகள் மூலம் மாணவர்களின் கேள்விகேட்கும் அறிவியல் கண்ணோட்டத்தை அழிப்பதற்கான வழிமுறைகள் காணப்படுகின்றன.

அதே போல் பள்ளி சார்ந்த கல்வியைப் பலப்படுத்தாமல் மதரசா, குருகுலம், பாடசாலா, வீட்டில் இருந்து கற்றல் ஆகியன மதம் சார், குலம் சார் கல்வியை நீட்டிக்கவே செய்யும். இக் க்லவிஅனைத்துமே அறிவியல் கண்ணோட்டத்திற்கு எதிரானதாகவே அமையும்.

அறிவியல் மன்ப்பான்மை குறிந்து ஜவஹர்லால் நேரு அவர்கள் டிஸ்கவி ஆஃப் இந்தியாவில் கீழ்க்கண்டவாறு எழுதுகிறார்:

உண்மையையும் புதிய அறிவையும் தேடுவது. சோதனையும் செய்முறையும் இல்லாமல் எதையும் ஏற்றுக் கொள்ளாமல் இருப்பது. புதிய ஆதாரங்களின் வெளிச்சத்தில் பழைய முடிவுகளை மாற்றிக் கொள்வது.. ஒவ்வொன்றாகக் கூறுகிறார்.

இதண்டிப்படையில் அரசியல் அமைப்புச் சட்டத்தில் 1976ல் 42வது சட்டத் திருத்தத்தின் வழியாக பகுதி 4ல் 51 ஏ

அடிப்படைக் கடமைகளில் ஒன்றாக அறிவியல் மனப்பான்மையை சட்டமாக்கி இருக்கிறது. அதன்படி ஒவ்வொரு இந்தியக் குடிமகனும் அறிவியல் மனப்பான்மை மனித நேயம், விசாரித்தறியும் தன்மை மற்றும் சீர்திருத்தம் ஆகியனவற்றை வளர்த்துக் கொள்ள வேண்டும் எனக் கூறுகிறது.

ஆனால் தேசிய கல்விக் கொள்கையில் பாரம்பரியம், பண்பாடு, நீதிக் கதைகள், கீதா உபதேசங்கள் ஆகியன போதிப்பதற்கு வழிவகுக்கப்பட்டுள்ளது. இது முற்றிலும் அறிவியல் மனப்பன்மைக்கு எதிரானது. இந்த நாட்டின் பாரம்பரியம் என்பது தேசிய அளவில் இந்துத்வா பாரம்பரியமாகவும் கிராம அளவில் இந்துத்வாவின் உட் கூரான ஜாதியப் பாரம்பரியமும் கட்டமைக்கப்பட்டுள்ள சூழலில் அதை உடைத்தெறிய தேசிய கல்விக் கொள்கையில் எந்தவித முன்னுரிமையும் கொடுக்கப்படவில்லை. அதற்குப் பதிலாக இந்திய மையப்படுத்திய கல்வி முறையென அறிவித்து இந்துத்வா கொள்கைகளை அமுல்படுத்துவதற்கான கல்விக் கொள்கையாகவே இதனைப் பார்க்கலாம். ◆

அறிவியல் பூர்வமற்ற வரைவு அறிக்கையின் மீது எழும் அச்சங்கள்

நா.மணி

தற்போதைய மத்திய அரசு 2014ல் பொறுப்பேற்றுக் கொண்டபோதே புதிய கல்விக் கொள்கைக்கான முன்முயற்சியில் வேகமாக இறங்கியது. இலட்சக்கணக்கான இடங்களில் பட்டிதொட்டியெங்கும் கருத்துக் கேட்பு நடைபெறும் என்று மத்திய மனிதவள மேம்பாட்டு அமைச்சகம் அறிவித்தது. இணையதளங்களிலும் கருத்துக் கூற அழைப்பு விடுத்தது. மத்திய அரசு மாநில அரசுகளின் உதவியுடன் பொது இடங்களில் கருத்துக் கேட்டதில் தமிழ்நாட்டில் மதுரை, கோவை மற்றும் சென்னை ஆகிய 3 இடங்களில் மட்டும் கருத்துக் கேட்பு நடத்தப்பட்டது. அதுவும் கூட மிகவும் இரகசியமாக தேர்வு செய்தவர்களைக் கொண்டு நடத்தப்பட்டது. தமிழ் நாடு அறிவியல் இயக்கத்தினர் மட்டும் கருத்து கேட்பு மையங்களுக்கு சென்று போராடி உள்ளே சென்று கருத்துத் தெரிவித்தனர். இதன் தொடர்ச்சியாக டி.எஸ்.ஆர். சுப்பிரமணியன் அறிக்கை யாரும் வெளியிடாமலே வெளிவந்தது. இந்த அறிக்கையை அரசு ஏற்றுக்கொண்டதாகவும் கூறவில்லை. நிராகரிக்கப்படுகிறது என்று அறிவிக்கவும் இல்லை. ஆனால் அறிக்கை அனைவர் கையிலும் கிடைத்துவிட்டது. எப்படி வெளிவந்தது என்ற உண்மை இன்று வரை வெளிவரவில்லை. "இது அதிகாரப்பூர்வமான புதிய கல்விக் கொள்கைக்கான வரைவு அறிக்கை இல்லை. இதன் மீது விவாதம் தேவையில்லை" என்று கூறவும் இல்லை. இந்த வாதப்பிரதி வாதங்கள் நடந்து கொண்டிருக்கும் போதே, "புதிய வரைவுக் கொள்கைக்கான சில உள்ளீடுகள்" என்ற சிறு ஆவணத்தை மத்திய அரசின் மனிதவள அமைச்சகம் வெளியிட்டது. இதுவும் கூட டி.எஸ்.ஆர். சுப்பிரமணியம் குழு அறிக்கையின் அடிப்படையில் ஆனதா? அதன் சுருக்கமா? வேறு புதிய ஆவணமா? யார் தயாரித்தது என்று எந்த விபரமும் அந்த

ஆவணத்தில் இல்லை. டி.எஸ்.ஆர் அறிக்கையின் மீது நாம் கொடுத்த திருத்தங்கள் எதுவும் ஏற்கப்படவும் இல்லை. ஆனால் டி.,எஸ்.ஆர் அறிக்கையின் அத்தனை அம்சங்களும் இதில் சுருக்கமாக இடம்பெற்று இருந்தது. இதன் பின்னர் தான் தற்போதைய கஸ்தூரி ரங்கன் குழு அமைக்கப்பட்டது. இக்குழுவின் தலைவர் கஸ்தூரி ரங்கன் உட்பட யாரும் கல்விப் புலத்தில் நிபுணத்துவம் பெற்றது போல் தெரியவில்லை. கல்விப் புலத்தில் அவர்களது நிபுணத்துவத்தை சோதிக்க பெரும் ஆராய்ச்சி தேவையில்லை. கூகுளில் சென்று இவர்கள் பெயர் பதவிகளை பதிந்து கல்விப் புலத்தில் இவர்களது பங்களிப்பு என்று சொடுக்கினாலே போதும் உண்மை வெளிவந்துவிடும்.

தற்போது கஸ்தூரி ரங்கன் குழு அறிக்கையின் மீது ஒரு நியாயமான பிரதிபலிப்பை வழங்க போதுமான கால அவகாசம் வேண்டும் என்ற நியாயமான குரல் வலுவாக எழுந்துள்ளது. அனைத்து இந்திய மொழிகளிலும் அறிக்கையை வெளியிட்டாலே கருத்து கூறல் சாத்தியம். மாநில மொழிகளில் வெளிவந்த பிறகு போதுமான கால அவகாசம் கொடு என்ற உரிமைக் குரலும் மிகவும் அர்த்தம் பொதிந்தது. மற்றொருபுறம் கல்வி செயல்பாட்டாளர்கள் தங்களுக்கு கிடைத்த தகவல் தொடர்பு சாதனங்கள், கருத்தரங்கம், தீர்மானம் என்று மக்களிடம் இந்த பிரச்சினையை எடுத்து சென்று வருகின்றனர். இந்த நேரத்தில் கஸ்தூரி ரங்கன் குழுவின் அறிக்கை அறிவியல்பூர்வமானது அல்ல என்பதையும் மக்களிடம் எடுத்துக் கூற வேண்டிய தேவை உள்ளது.

இந்திய நாட்டின் சமூக பொருளாதார வளர்ச்சிக்காக தயாரிக்கப்படும் எந்த ஒரு கொள்கை குறிப்பும் இரண்டு முக்கியமான அடிப்படை உள்ளடக்கியதாக இருக்க வேண்டும். ஒன்று, இந்திய அரசியல் சாசன விழுமியங்களை நிறைவேற்றும், திசை வழியில் அது பயணிக்க வேண்டும். இரண்டாவதாக இந்திய நாட்டின் மக்கள் சந்திக்கும் 21ஆம் நூற்றாண்டு சவால்களை சந்திக்கத்தக்கதாக அது அமைய வேண்டும். இந்தியக் குடிமக்கள் அனைவருக்கும் சமவாய்ப்பு மற்றும் சமவளர்ச்சிக்கு வித்திடும் கூறுகள் இருக்க வேண்டும்.

இந்த வரைவுக் கொள்கை 500 பக்கங்களை கொண்டிருக்கிறது. சமகால அனைத்துக் கல்விப் பிரச்சனைகள் பற்றியும் ஆமோதிக்கிறது. ஆனால் மேற்படி இலக்கை நோக்கிய திசை வழியாக இந்த வரைவுக் கொள்கை இல்லை என்பது படிக்கும் போது தெளிவாகிறது.

அதேபோல் ஒரு கொள்கை ஆவணம் இவ்வளவு பக்கங்களில் இருக்க வேண்டிய அவசியமில்லை. இதைப் பார்க்கவும், படிக்கவும், சலிப்பூட்டுகிறது. மலைப்பாக இருக்கிறது. "அடேங்கப்பா, இவ்வளவு சிரமப்பட்டு தயாரித்து இருக்கிறார்களா? இத்தனை பக்கங்களில் இந்திய கல்வி வளர்ச்சிக்காக சிரத்தை எடுத்து இருக்கிறார்களா?" என்று பிரமிக்க வைக்கிறது. அதே சமயம், பக்கங்களைப் பார்த்தே படிக்காமல் வைத்துவிடும் வாய்ப்பு இருக்கிறது. இது ஒரு சூட்சமமாக கூட இருக்கலாம் என்று சந்தேகிக்கத் தோன்றுகிறது. இந்த ஆவணத்தின் மொழி ஆளுமை, பக்கங்கள், சமகால பிரச்சனைகளை சாரை சாரையாக அடுக்கி காட்டுதல் எல்லாமும் நேர்த்தியாக அமைந்திருக்கிறது. ஆனால் இது கானல் நீர் என்பதை கண்டிப்பாக மக்களிடம் சொல்லியாக வேண்டும்.

தற்போது இந்தியாவில் உள்ள தலைசிறந்த கல்வியாளர்களில் ஒருவர் நிரஞ்சன் ஆராதயா. இவர் ஒரு முன்மாதிரி இந்தியக் கல்விக் கொள்கையை வகுத்தளித்து உள்ளார். இணையதளத்தில் அதனை அனைவரும் காணலாம். இது மிக மிகக் குறைந்த பக்கங்களைக் கொண்டதே. அதேபோல் தமிழ்நாடு அறிவியல் இயக்கம் உள்ளிட்ட 42 அமைப்புக்கள் "கல்வி உரிமைப் பாதுகாப்பு கூட்டமைப்பு" என்ற பெயரில் ஒரு கூட்டு இயக்கத்தை உருவாக்கியது. டி.எஸ்.ஆர் அறிக்கையில் அடிப்படை மாறுதல்களைக் கோரி இந்த இயக்கம் போராடியது. குறுகிய காலத்தில் தமிழ் நாட்டில் புதிய கல்விக் கொள்கைக்கு எதிராக பெரும் கிளர்ச்சியை இவ்வியக்கம் உருவாக்கியது. மக்களுக்கான ஒரு கல்விக் கொள்கை எப்படி இருக்க வேண்டும் என்பதற்கு முன்னுதாரணமாக "மாற்றுக் கல்விக் கொள்கைக்கான மக்கள் சாசனம்" ஒன்றை தயாரித்து வெளியிட்டது. மத்திய அரசைப் போலவே ஒரு கல்விக் கொள்கை குழுவை அமைத்தது. இதன் தலைவர் பேராசிரியர் வசந்திதேவி.

செயலாளர் ஆயிஷா இரா.நடராசன். மாற்று திறனாளிகள் பிரச்சினைகளை பரிந்துரை செய்ய அவர்களில் கல்வியில் சிறந்தோரை அதில் உறுப்பினர் ஆக்கியது. பழங்குடி மக்கள் கோரிக்கைகளை வரையறுக்க அந்த சமூக செயல்பாடளர்களை நியமித்தது. இக்கூட்டமைப்பு இந்த மாற்றுக் கல்விக்கான மக்கள் சாசனம் வெளியிட்டது. இது வெறும் 64 பக்கங்களைக் கொண்டதே. வாய்ப்பு கிடைப்போர் இதனைப் படித்து பாருங்கள், இந்திய அரசியல் சாசனக் கனவை நிறைவேற்றும் அனைத்து அம்சங்களும் அதில் இருக்கிறது. சமகால சவால்களை சந்திக்கும் உத்திகளும் வகுக்கப்பட்டுள்ளது. இவற்றோடு புதிய வரைவுக் கொள்கையோடு ஒப்பிட்டுப் பார்த்தாலே இதன் மோசடிகள் அம்பலமாகும்.

ஒரு புதிய கல்விக் கொள்கையை முன்வைக்கப்படு போது முந்தைய கல்விக் கொள்கை குழுக்களின் சாரம். அதன் அமலாக்கம். பலவீனங்கள், விளைவுகள், இன்றைய கல்வி நிலைக்கு என்ன காரணம் என்பதை முதலில் நன்கு அறிய வேண்டும். அதனை எப்படி களைவது என்பதற்கு இந்த பகுப்பாய்வு பயன்படும்.அறிக்கையின் முதற்பகுதி இதன் சுருக்கமாக இருக்க வேண்டும். இதன் வழியாகத்தான் புதிய கல்விக் கொள்கை ஒன்றை முன்வைக்க முடியும். ஆனால் இந்த வரைவு அறிக்கையில் அது இடம்பெறவில்லை.

வரைவுக் கொள்கை குழுவினர் எத்தனை அரசுப் பள்ளிகளுக்கு சென்று பார்வையிட்டார்கள்? கற்றல் கற்பித்தலை உற்று நோக்கினார்களா? இவர்களது கள அனுபவம் என்ன? பள்ளிகளின் உள்கட்டமைப்பு என்ன? கற்றல் உபகரணங்கள் என்ன? என்று பரிசீலனை செய்ய வேண்டும். அதேபோல் அரசுக் கல்லூரிக்கும் அரசு பல்கலைக்கழகங்களுக்கும் சென்று பார்வையிட வேண்டும். அவர்களிடம் சமகால சிக்கல்களை அலசி ஆராய வேண்டும். இவையெல்லாம் மருந்துக்குக் கூட நடைபெற்றதாக தெரியவில்லை.

கஸ்தூரிரங்கன் குழு 217 நிபுணர்களை சந்தித்ததாக பட்டியலிட்டுள்ளது. இவர்கள் நிபுணர்களா இல்லையா? என்பது தனியாக விவாதிகப்பட வேண்டியது. இவர்களில் கஸ்தூரி ரங்கன் வசிக்கும் பெங்களூர் நகரில் மட்டும் சுமார் 30

விழுக்காடு நிபுணர்களை சந்தித்ததாக கணக்கிட முடிகிறது. அதே போல் மும்பையைச் சேர்ந்த நிபுணர்கள் 20 விழுக்காட்டினர். இது எப்படி நியாயமானதாக அறிவியல் பூர்வமாக இருக்க முடியும்? கல்வியில் நிபுணர்கள் துறைவாரி நிபுணர்கள் நாடு முழுவதும் எத்தனை பேர் இருக்கிறார்கள் என்ற மதிப்பீடு செய்ய ஏதேனும் கணக்கீடு குழுவிடம் இருந்ததா? பட்டியல் இருந்ததா? இது போன்ற ஆய்வுகளுக்கும் மாதிரிக் கூறெடுப்புகளுக்கும் செல்லும் போது, பின்பற்ற வேண்டிய நடைமுறைகள் பற்றி பல்வேறு நடைமுறைகள் விதிகள் இருக்கின்றன. கோட்பாடுகள் இருக்கின்றன. இந்த விதிகள் பின்பற்றப்பட்டால் தான் மதிப்பீடுகள் நல்ல பயனைத் தரும். நம்பகத்தன்மை உள்ளவையாக அமையும். தவறுகள் குறையும். இத்தகைய கருத்துச் சேகரிப்பு, மதிப்பீடுகள் அறிவியல் பூர்வமாக இருக்கும். ஆனால் கஸ்தூரி ரங்கன் குழுவினரால் இந்த விதிமுறை முற்றிலும் நிராகரிக்கப்பட்டிருக்கிறது.

அறிக்கையின் உள்ளடக்கத்தைப் பொறுத்த வரையில் கடந்த முறை இந்த அரசு பதவிக்கு வந்தவுடன் உருவாக்கப்பட்ட நிதி ஆயோக் அமைப்பு கல்வி தொடர்பான ஆவணம் ஒன்றைத் தயாரித்தது. அதன் செயல்திட்டத்தில் உள்ள எல்லா அம்சங்களும் இந்த வரைவுக் கல்விக் கொள்கையில் இடம் பெற்றுள்ளது. நிதி அயோக் அமைப்பின் செயல் திட்டம் அதன் சொந்த தயாரிப்பு மட்டுமல்ல. உள்நாட்டு பன்னாட்டு கார்பரேட் நிறுவனங்களின் நலனி அக்கறையுள்ள உலகவங்கி உலக வர்த்தக அமைப்பு (WTO/GATS) மற்றும் அதன் சேவை வர்த்தகம் தொடர்பான பொது ஒப்பந்தம் ஆகியவற்றின் செயல் திட்டங்களும் அதில் சேர்ந்தே இருக்கிறது. எனவே தான் சுமார் 500 பக்க அறிக்கையின் உள்ளடக்கம் இவ்வாறாக இருக்கிறது.

1) மூன்றாம் வகுப்பு முதல் பொதுத் தேர்வுகள். அதன் வழியாக குழந்தைகளை வடிகட்டி வெளித்தள்ளுவது.

2) ஒன்பதாம் வகுப்பு முதல் ஆறு மாதத்திற்கு ஒரு முறை பருவத் தேர்வு.

3) எந்தவித கல்லூரியிலும் சேர்ந்து பயில நுழைவுத்தேர்வு.

4) படித்து முடித்து தேர்வில் தேர்ச்சி பெற்ற பின்னரும் தேர்வுகள்.

5) பள்ளி முதல் பல்கலைக்கழகம் வரை அனைத்து தனியார் நிறுவனங்களுக்கும் நெறிமுறை நீக்கல்.

6) அனைத்து கல்லூரிகளும் தமக்கு தாமே பட்டம் கொடுத்துக் கொள்ளும் அங்கீகாரம்.

7) வெளிநாட்டு பல்கலைக்கழகங்களுக்கு சிவப்பு கம்பளம்.

8) சமஸ்கிருதம் இந்தி ஆகியவற்றுக்கு தேசத்தின் எல்லைக் கோடுகள் வரை நீட்சி அடைய அதிகாரம் அளித்தல். சமுக நீதியை சாய்த்து விடுதல்

9) குழந்தைகள் மனதில் பழங்கதைகள் பழம் பெருமையைக் கூறி புராண காலத்தின் குப்பைகளை திணித்தல்.

கற்றல் செயல்பாடுகளுக்கு கணக்கின்றி உதவி செய்கிறோம் என்ற பெயரில் ஒரு குறிப்பிட்ட மதம் சார்ந்த தன்னார்வலர்களைக் கொண்டு நிரப்புதல் சமுக நீதிக்கு சமாதி கட்டுதல் என்பன உள்ளிட்ட பல அராஜகமான செயல் திட்டத்தை தன்னகத்தே வரைவுக் கல்விக் கொள்கை என்ற பெயரில் வைத்துக் கொண்டு செயல்பட பொது மக்களின் ஒப்புதல் பெற கபட வேடம் பூண்ட அறிக்கை நம் முன் உள்ளது. புதிய வரைவு கல்விக் கொள்கை முன் வைக்கும் பரிந்துரைகள் முழுவதும் அமலாக்கம் பெற்றால் என்ன நடக்கும் என்பதற்கு ஒரு சான்று ஆதாரம் உள்ளது.

2001 ஆம் ஆண்டு குஜராத்தில் பதவியேற்ற தற்போதைய பிரதமர் மோடி அவர்கள் பள்ளிக் கல்வி பாடங்களுக்கு துணை பாடங்களை பரிந்துரை செய்தார். அவை கட்டாயப் பாடம் ஆக்கப்பட்டது.

இதன் விளைவாக இன்றைய குஜராத் அரசுப் பள்ளிகளில் நிலைமை மிகப் பரிதாபமாக இருக்கிறது. கடந்த ஆண்டு 12ஆம் வகுப்பில் 63 அரசுப் பள்ளிகளில் ஒருவர் கூட தேர்ச்சி பெறவில்லை. இந்த ஆண்டு 79 பள்ளிகளில் தேர்ச்சி விகிதம் 10 விழுக்காட்டிற்கும் கீழே. பள்ளிகளுக்கு நியமிக்கப்படும் ஆசிரியர்கள் ஆர்.எஸ்.எஸ் தொண்டர்கள். எனவே, பள்ளிக்கு

வரும் குழந்தைகள் படிக்கிறார்களோ இல்லையோ? ஆர்.எஸ். எஸ் சாகாக்களுக்கு அவசியம் அழைத்துச் செல்லப்படுகின்றனர். பள்ளிகளில் குழந்தைகள் மனதில் இந்துத்துவா விஷத்தை தூர இரண்டு விதமான இந்துத்வக் குழுக்கள் இவர்களுடன் இணைந்து வேலை செய்கிறது. ஒன்று இந்துத்துவத்தை வேகமாக எடுத்துச் செல்லும் தன்மை கொண்டது. மற்றொன்று சாத்வீகமாக எடுத்துச் செல்லும் தன்மை கொண்டது. இவர்கள் தாராளமாக பள்ளிகளில் செயல்பட வழிவகை செய்யப்படுகிறது.

உயர்கல்வி நிலையங்களில் பல்கலைக் கழக மானியக் குழு நடத்தும் தேசிய தகுதித் தேர்வு (NET) முனைவர் பட்டம் படித்தவர்கள் நல்ல ஆராய்ச்சி பட்டம் படித்தவர்கள் ஓரங்கட்டப்பட்டு, குஜராத் மாநில அளவில் நடத்தப்படும் மாநில தகுதி தேர்வு (SET) முடித்தவர்களே பணியமர்த்தபப்டுகிறார்கள். தினாநாத் பத்ரா என்பவர் இந்துத்துவ கல்வியாளர். வெண்டி புரொன் அவர்கள் புத்தக தடை செய்ய காரணமாக இருந்தார். இவரது புத்தகங்கள் மாணவர்களுக்கு துணைப்பாட, மோடியின் அணிந்துரையோடு வெளிவந்தவை. இந்த நூல்களை படித்து முடித்தபின் கேட்கப்படும் கேள்விகளை வைத்து இதன் உள்ளடக்கத்தை எடை போட்டுக் கொள்ள முடியும். அகண்ட பாரதத்தின் எல்லைகள் யாது? இந்திய நாட்டின் உண்மையான ஜோடி எது? போன்றவையே அக்கேள்விகள். இவை இந்திய அரசியல் சாசனத்திற்கு எதிரானவை.

பேராசிரியர் பாண்டியா குஜராத் பல்கலைக்கழுகப் பேராசிரியர் மாநிலம் அறிந்த பொறியியல் அறிஞர். இவர் கடந்த 7 ஆண்டுகளாக பேராசிரியர் பதவி உயர்வு கேட்டுப் போராடி வருகிறார். இவரது போராட்டத்தைத் தொடர்ந்து குஜராத் மாநில அரசே ஒரு குழுவை அமைத்தது. அந்தக் குழுவின் தலைவர் மாநில கல்வி அமைச்சர். அந்தக் குழுவே பரிந்துரை செய்தும் பேராசிரியர் பாண்டியாவிற்கு பதவி உயர்வு கிடைக்கவில்லை. ஒரே காரணம் அவர் பாஜக விரோதி, RSS விரோதி என்ற பட்டம் மட்டுமே. இத்தனைக்கும் பாஜக சட்டமன்ற உறுப்பினர்கள் மூன்று பேர் இவருக்கு ஆதரவாக குரல் கொடுத்தும் பதவி உயர்வு கிடைக்கவில்லை. குஜராத்

பல்கலைக்கழக சிண்டிகேட் நிராகரித்துவிட்டது. காரணம் தன்னாட்சி பொருத்திய சிண்டிகேட் இந்துத்துவ வாதிகளால் நிரம்பி வழிந்தது. தற்போதைய குடியரசுத் தலைவர் இராம் நாத் கோவிந் அந்த பல்கலைக்கழகத்திற்கு வருவது உறுதியான பிறகு பாண்டியா குடியரசு தலைவருக்கு ஒரு தந்தி கொடுத்தார்."தங்கள் வருகையின் போது எனக்கு தற்கொலை செய்து கொள்ள அனுமதி வேண்டும்" என்பதே அந்த தந்தி வாசகங்கள். ஒருவழியாக இந்த போராட்டத்தின் மூலம் அவர் பேராசிரியர் பதவியை சமீபத்தில் பெற்று விட்டார்.

நோபல் பரிசு பெற்ற இந்திய வம்சாவளி வெங்கி ராமகிருஷ்ணன் என உருவாக்கிய ப்ரோடா மகாராஜா சாயாஜிராவ் பல்கலைக்கழக இயற்பியல் துறையில் முனைவர் பட்டம் பெற்றவர்கள் கூட இல்லை. ஏற்கெனவே தற்போது பணியில் உள்ள பேராசிரியர்கள் பாஜகவின் கொள்கைகளுக்கு மாற்றாக பேசுவோர் அனைவரும் எந்தவொரு கல்லூரியிலும் பல்கலைக்கழகத்திலும் நுழைய முடியாது. அவர்களுடைய படைப்புகளை கல்லூரி வளாகத்தில் பார்வைக்கு வைக்க இயலாது. நாடு முழுவதும் தீண்டாமைக் கொடுமையை முன்வைத்து ஆசிரியர்கள் தொடுத்துள்ள வழக்குகளில் நாற்பது விழுக்காடு குஜராத் பட்டியலின ஆசிரியர்கள் கொடுத்தது. அம்மாநிலத்தில் உள்ள வசதி படைத்தவர்கள் நல்ல சம்பளம் பெறும் நடுத்தர வர்க்கத்தினர் ஆகியோர் அங்குள்ள தனியார் பள்ளிகள், கல்லூரிகள், பல்கலைக்கழகங்களில் தங்கள் பிள்ளை சேர்த்து படிக்க வைத்துக் கொள்கிறார்கள். ஏழை எளிய மக்கள் பாதிக்கப்படுவது மட்டுமல்லாமல் பாதிப்பையே உணர முடியாத வகையில் இந்துத்துவ போதைக்குள் ஆழ்த்தப்பட்டு விடுகிறார்கள். தந்திரமான வழுறையில் மேற்கொள்ளப்படும் பல முயற்சிகள் இப்படிப்பட்டதாக இருக்குமோ என்ற சந்தேகத்தை ஏற்படுத்துகிறது. எனவே இப்போதேனும் மத்திய அரசு வெளிப்படையாக நடந்து கொள்ள வேண்டும். மக்கள் கருத்துக் செவி சாய்க்க வேண்டும். அதற்கு தகுந்தாற்போல் கல்விக் கொள்கை மாற்றி வடிவமைக்க வேண்டும். ◆

குழந்தை மனதில் திணிப்பது சுலபம்
கலகலவகுப்பறை சிவா

தேசியக் கல்விக்கொள்கை வரைவில் பள்ளிக்கல்வி குறித்த ஒரு சில பகுதிகள் குறித்த உரையாடல்களின் தொடக்கப் புள்ளியாக மொழி, பாடங்கள், தேர்வு குறித்த சில செய்திகளை மட்டுமே இக்கட்டுரையில் பேசியுள்ளேன். அலங்காரமான, குழப்பமான மொழியில் எழுதப்பட்டிருக்கும் தேசியக் கல்விக்கொள்கை வரைவு 2019, மிகப்பெருமளவில், ஆழ்ந்த கவனத்தோடு விவாதிக்கப்பட வேண்டிய ஒன்று.

பல்லாயிரம் ஆண்டுப் பாரம்பரியம், பண்பாடு, கலாச்சாரம் உடைய இந்தியத் திருநாட்டில் கல்வியின் இன்றைய நிலை என்ன?

நாம் மிகத் தீவிரமான கற்றல் சிக்கலில் சிக்கியுள்ளோம். தொடக்கப்பள்ளிகளில் பயிலும் மாணவர்களுள் மிகப்பெரும் எண்ணிக்கையினர் அடிப்படை எழுத்தறிவு, எண்ணறிவுத் திறன்களைஅடையவில்லை.

விரைவில் நடவடிக்கை எடுக்கவில்லை எனில் நாடு பத்து கோடிக்கும் அதிகமான மாணவர்களைக் கற்றலில் இருந்து எழுத்தறிவின்மைக்கு இழுக்க நேரிடும்.

உடனடியாகக் கல்வியில் மாற்றங்களைச் செய்யவேண்டியிருக்கிறது. அதிலும் 85 % மூளை வளர்ச்சி ஆறு வயதிற்குள் நடந்துவிடுவதால் இது அவசரமாகக் கவனிக்கப்பட வேண்டிய விஷயம்.

என்ற பலத்த முன்னெச்சரிக்கையுடன் ஏறத்தாழ ஓராண்டில் 11 பேர் கொண்ட குழு 14 முறை ஓரிரு நாட்கள் கூடி நூற்றுக்கணக்கான நிறுவனங்கள் மற்றும் கல்வியாளர்களுடன் கலந்துரையாடி தேசியக் கல்விக்கொள்கை வரைவை நாட்டின் எதிர்கால நலனுக்காகவும் வருங்காலத் தலைமுறையை 21ஆம் நூற்றாண்டில் வாழத் தகுதியாக ஆக்கும் விதமாகவும் உருவாக்கியுள்ளதாகக் கூறியுள்ளனர்.

நானூறு பக்கங்களுக்கு மேற்பட்ட இந்த அறிக்கை பொதுமக்களிடைய தற்போது பிரபலமாக உள்ள வாட்சப் வதந்திகளைப் போன்றே இருக்கிறது. இன்றுவரை நடைமுறையில் உள்ள கல்விமுறையின் குறைபாடுகளைப் பட்டியலிடுகிறது. இவ்வளவு குறைபாடுகள் இப்போது இருக்கின்றன, எங்களுக்கு முன்னாள் எல்லாமே ஊழல், நமது பாரம்பரிய, பழமையான அறிவியல் பூர்வ அணுகுமுறை அல்ல. எனவே உடனே மாற்றவில்லை என்றால் அழிவுதான். என்று பயம் காட்டித் தனது பாசிசக் கொள்கைகளை அனைத்து துறைகளிலும் திணிப்பதே பா.ஜ.க அரசின் வழிமுறையாக இருக்கிறது. மிகவும் விரிவாகக் குறைகளைப் பட்டியலிட்டுக்கொண்டே வந்து இறுதியில் தீர்வுகளைச் சொல்வது போலத் தனது கொள்கைகளைப் புகுத்துகிறது.

மொழி

பள்ளிக்கல்வி, வட்டார மொழி/ வீட்டில் பேசும் மொழி/ தாய்மொழி மூலமே நிகழ வேண்டும். என்று தாய்மொழிக் கல்வி குறித்து பல்வேறு சான்றுகளுடன் விளக்கும்போது அனைவரும் மனம் மகிழ்வர்.

இதுவரை குழந்தைகள் கற்கவில்லை என்று சொல்லிப் பயம் காட்டியபின் குழந்தைகள் எவ்வளவு திறமையானவர்கள் தெரியுமா! என்று புகழ்ந்து செய்தித் திணிப்புக்கான களத்தை இந்த அறிக்கை அமைக்கிறது.

பல்வேறு ஆய்வுகளின்படி 2 முதல் 8 வயதிற்குள் குழந்தைகள் மிக வேகமாகக் கற்றுக்கொள்வார்கள். பல மொழிகளைக் கற்பது அவர்களது அறிவாற்றலை மிகவும் மேம்படுத்தும். எனவே, அடிப்படை நிலையிலேயே மூன்று அல்லது அதற்கு மேற்பட்ட மொழிகளைக் கற்கத் தொடங்க வேண்டும். மூன்றாம் வகுப்புக்குள் அம்மொழிகளில் பேசவும், கருத்துகளைப் பரிமாறவும், எழுத்துக்களை இனம் காணவும் அடிப்படையான வாசிப்புத் திறனையும் அடைந்திருக்க வேண்டும். எழுதுவதை மட்டும் கற்றல் மொழியில் செய்யலாம். மூன்றாம் வகுப்புக்கு மேல் எழுதவும் பயிற்சி அளிக்க வேண்டும்.

வட்டார, தாய் மொழியின் சிறப்புகளைச் சொல்லி, ஏன் அந்நிய மொழியான ஆங்கிலத்திற்கு முக்கியத்துவம் கொடுக்க

வேண்டும்? என்று ஒரு வினாவையும் எழுப்புகிறது தேசியக் கல்விக்கொள்கை. எனவே இந்தியாவின் வேற்றுமையில் ஒற்றுமையை உணர இந்திய மொழிகளைக் கற்க வேண்டும். அதிலும் செம்மொழிகளுக்கு முக்கியத்துவம் தரவேண்டும்.

வடமொழி அறிவுக்களஞ்சியமாகத் திகழ்கிறது. என்று தொடங்கி அதன் பெருமைகளை விரித்துப் பேசி, 64 கலைகள் என்றெல்லாம் ஆசை காட்டி, இலக்கியப் பெருமை பேசும் பக்கங்களின் வழியே வட மொழிக்கான பாதை உருவாக்கப்படுகிறது. மூன்று வயதிற்குப்பின் மொழி கற்றல் குறித்த விரிவான பகுதிகள் குறித்த ஆழமான கலந்துரையாடல்கள் அவசியம்.

பாடங்கள்

பாடப்புத்தகங்கள் பெரியதாக இருக்கின்றன என்று யஷ்பால் குழுவின் அறிக்கையைச் சுட்டிக்காட்டி உடனடியாகப் பாடச்சுமை குறைக்கப்பட வேண்டும் என்று சொல்வதைக் கல்வியாளர்களும் குழந்தை நேயர்களும் மகிழ்ச்சியோடு நினைக்கும்போது அதிலும் செய்தித் திணிப்பிற்கான பாதையை அமைக்கிறார்கள்.

ஐந்து அல்லது ஆறு பாடங்களுக்கு மேல் கற்க வேண்டியதில்லை என்று இனிப்பாகத் தொடங்கிப் பல்வேறு விடயங்கள் அதேபோல இனிப்புத் தடவித் திணிக்கப்படுகின்றன.

- ஆறு முதல் எட்டாம் வகுப்புவரை ஏதேனும் ஒரு செம்மொழியைக் கற்க வேண்டும். அதன்பின் குழந்தைகள் விரும்பினால் தொடரலாம்.

- நோபல் பரிசு பெற்ற அனைவருமே இசை அறிந்தவர்கள். எனவே கர்நாடக இசை அல்லது இந்துஸ்தானி இசை ஆகிய இந்திய இசைவடிவங்களைக் கற்க வேண்டும்.

- கல்வி இணைச் செயல்பாடு என்று இல்லாமல் விளையாட்டு, ஓவியம், சிற்பம் போன்ற கலைகளையும் பாடமாகக் கற்கவேண்டும்.

- வாழ்வியல் திறன்களில் தொழில்களின் பங்கு முக்கியமானது. எனவே 3 முதல் 8 வயதுக் குழந்தைகளுக்கு தோட்டக்கலை, மட்பாண்டம் செய்தல், மரவேலை போன்றவை கற்றுத்தரப்படும். 6 முதல் 8 ஆம் வகுப்பு

வரை அந்தந்தப் பகுதிகளின் தேவைக்கேற்ற தொழில்கள் ஆண்டு முழுவதும் கற்றுத்தரப்படும். 9 முதல் 12 ஆம் வகுப்புவரையான மாணவர்களும் இப்பயிற்சியைத் தொடர்வர்.

- 9 ஆம் வகுப்பில் விரும்பிய பாடங்களை எடுத்துப் படிக்கலாம் என்ற ஆசை வார்த்தைகள் குழப்பமான வளரிளம் பருவக் குழந்தைகளைத் திசைதிருப்புகின்றன.

- இந்தியப் பண்பாடு, மொழிகள், கலாச்சாரம், நீதிநெறிகள், பஞ்சதந்திரம், கீதா உபதேசம், தர்க்கம், பாஸ்கராச்சாரியார் சூத்திரங்கள், என்று பட்டியல் நீண்டுகொண்டே இருக்கிறது.

மேலே சுருக்கமாகச் சொல்லியுள்ள ஒவ்வொரு வரியையும் ஆழ்ந்து விவாதிக்க வேண்டும். அப்போதுதான் புராண இதிகாசங்களை அறிவியலின் பெயரால் குழந்தைகளின் மனதுள் எளிதில் திணிக்கவும், இளம் வயதிலேயே தொழில்களின் பக்கம் குழந்தைகளைத் திருப்பும் சூழ்ச்சியையும் உணர முடியும்.

தேர்வு

12 ,10 ஆம் வகுப்பு பொதுத்தேர்வுகள் மனப்பாட அறிவையே சோதிக்கின்றன. தேர்வு முறைகளை மாற்ற வேண்டும் என்று சொல்லியபின் 3,5,8,10,12 ஆகிய வகுப்புகளில் பொதுத்தேர்வு திணிக்கப்படுகிறது. அத்தனை தடைகளையும் தாண்டி வந்துவிட்டால் இருக்கவே இருக்கிறது, கல்லூரிக்குச் செல்லும் தகுதியை அறிய நாடு முழுமைக்குமான NTA தேர்வு. இடைநிற்றல் இன்னும் இருக்கிறதே! என்று ஒரு பக்கம் வருந்தி மறுபக்கம் பல்வேறு தேர்வுகள் திணிக்கப்படுகின்றன.

தேர்தல் அறிக்கையைப் போல 2025 ஆம் ஆண்டிற்குள் தொடக்கப்பள்ளிகளில் மின்சார வசதி, தண்ணீர் வசதி என்று பல்வேறு வாக்குறுதிகளை அள்ளித்தெளிக்கும் அறிக்கை தனியாரின் மீது தேவையில்லாத சந்தேகம் வேண்டாம் என்கிறது. கல்வியில் தனியாரின் நுழைவையும் வரவேற்கிறது.

இத்தனை ஆண்டுகாலக் கல்வி வரலாற்றில் நடைமுறைச் சிக்கல்கள் இல்லாமல் இல்லை. என்றாலும் பல்வேறு

செயல்பாடுகள் மூலம் எளிய, நடுத்தர, கிராமப்புற, மலைப்பகுதிக் குழந்தைகள் கல்வி கற்க வேண்டும் என்று அதிக அளவில் பள்ளிகளை நோக்கி வரத் தொடங்கியுள்ள காலம் இது. உயர்த்தப்பட இனத்தினருக்கு மட்டுமே பிறப்பிலேயே அறிவு இருக்கிறது என்ற புராணப் புழுகை மீறித் தங்களின் அறிவை ஒடுக்கப்பட்ட, மலைப்பகுதிக் குழந்தைகள் நிரூபித்துவருகிறார்கள். அதிக அளவில் தங்களுக்குப் போட்டி உருவாகி விட்டது என்ற பயமே NEET போன்ற நுழைவுத் தேர்வுகளை உருவாக்கியது. கல்வியால் மட்டுமே இளம் மனங்களில் தனது செய்திகளைப் புகுத்த முடியும். முன்னேறத் துடிக்கும் ஒடுக்கப்பட்டவர்களைப் பல்வேறு நிலைகளில் கல்வியிலிருந்து விரட்டும் மாபெரும் சதித்திட்ட வரைவே தேசியக் கல்விக் கொள்கை 2019.

◆

கஸ்தூரிரங்கன் அறிக்கையிலிருந்து மோடி அரசு எதை எடுத்துக் கொள்ளும், எதைப் புறக்கணிக்கும்?

பேரா.அ.மார்க்ஸ்

தற்போது பா.ஜ.க அரசு மக்கள் முன் வைத்துள்ள 'தேசியக் கல்விக் கொள்கை 2019' நகல் குறித்து ஏராளமான கட்டுரைகள் எழுதப்பட்டுள்ளன. ஒரு கட்டுரை இப்படித் தொடங்குகிறது: "பா.ஜ.க அரசின் கல்விக் கொள்கை என்றவுடன் நம் எல்லோருக்கும் வரும் ஐயம் காவிமயமாக்கலை நோக்கமாகக் கொண்டு அது உருவாக்கப்பட்டிருக்கும் என்பதுதான். நல்ல வேளையாக அப்படி எதுவும் இதில் இல்லை". அப்படியெல்லாம் வெளிப்படையாக எதுவும் பேசப்படவில்லை என்பது உண்மைதான். ஆரம்ப மற்றும் உயர்கல்வியில் பன்னாட்டுத் தர அளவில் இந்தியக் கல்வியை இன்றைய உலக அளவிலான கல்விச் சூழலுக்குக் தக தகவமைப்பது என்கிற அடிப்படையில்தான் விண்வெளி விஞ்ஞானி கஸ்தூரிரங்கன் தலைமையில் அமைக்கப்பட்ட குழுவின் இந்த அறிக்கை அமைந்துள்ளது. ஆனால் அது மிக நுணுக்கமாக நமது நாட்டுக்கே உரித்தான சாதி, தீண்டாமை, பெரும்பான்மை மதவாதம் ஆகியன குறித்து வெளிப்படுத்தும் மௌனம் மோடி அரசைப் பொருத்தமட்டில் போதுமானது என்பதையும் நாம் கவனத்தில் கொள்ள வேண்டும்.

உலக அளவில் இன்றைய அரசியல், பொருளாதாரம், தொழில், வணிகம் முதலான எல்லாத் துறைகளிலும் தனது இருப்பை நிலைநாட்டத் துடிக்கும் மோடி அரசு அப்படியெல்லாம் கல்வியை பழைய குருகுலக் கல்வி அமைப்பாக ஆக்கிவிட முடியாது. ஒருபக்கம் அது இன்றைய நவ தாராளவாத உலகக் கண்ணோட்டத்திற்குப் பொருந்திப் போக வேண்டும். காவிமயப்படுத்தல் முதலான 'அஜென்டா'வை முன்வைத்து உள்நாட்டிலும் வெளிநாட்டிலும் தேவையற்ற சர்ச்சைகளை நாம் ஏற்படுத்திவிடக் கூடாது. நாம் செய்ய வேண்டியதை நடைமுறையில் செய்து கொள்ளலாம் என்பதுதான் இன்று மோடி அரசின் அணுகல்முறையாக உள்ளது.

வாஜ்பேயி தலைமையில் 2014 – 1999 காலகட்டத்தில் பா.ஜ.க அரசு அமைந்தபோது சோதிடம், புரோகிதம் குறித்தெல்லாம் பாடங்கள் பல்கலைக்கழகங்களில் தொடங்குவது என முரளி மனோகர் ஜோஷி தலைமையிலான மனித வளத்துறை

அமைச்சகம் திட்டமிட்டபோது கடுமையான எதிர்ப்புகளும் சர்ச்சைகளும் இங்கு உருவாயின. உலக அளவில் முக்கியமான இந்திய விஞ்ஞானிகள் பலரும் கையொப்பமிட்ட அறிக்கைகள் உலகெங்கும் பரவிக் கடும் கண்டனத்திற்கு ஆளாயின. அதற்குப் பின் அது அரசுத் தரப்பில் வற்புறுத்தப்படவில்லை. ஆனால் இன்று நிலைமை என்ன? தமிழ் வளர்ச்சிக்கென உருவாக்கப்பட்ட தஞ்சைத் தமிழ்ப் பல்கலைக் கழகத்தில் இன்று சோதிடம் தொடர்பான பட்டயப் படிப்பு சொல்லிக் கொடுக்கப்படவில்லையா? அதுபோல இம்மாதிரியான அதன் இந்துத்துவத் திட்டங்களை அது வெளிப்படையாக முன்வைக்காமல் நடைமுறையில் செயல்படுத்துவதுதான் இன்று அதன் அணுகல்முறையாக உள்ளது என்பதை நாம் மனங்கொள்வது அவசியம்.

மோடி அரசு பதவி ஏற்றவுடன் முன்னாள் அரசு அதிகாரி டி.எஸ்.ஆர். சுப்பிரமணியம் தலைமையில் ஒரு குழு அமைக்கப்பட்டு இன்றைய இந்த தேசியக் கல்விக் கொள்கை அறிக்கையை உருவாக்குவதற்கான அடிப்படைக் அணுகல்முறைச் சட்டகம் இயற்றப்பட்டது. அது பல மாதங்கள் வரை அன்றைய கல்வித்துறைக்குப் பொறுப்பேற்றிருந்த அமைச்சர் ஸ்மிருதி ராணியால் மக்கள் முன் வைக்கப்படாமையைக் கண்டித்து சுப்பிரமணியம் பின் அதைத் தானே வெளியிட்டார். அதற்குப்பின் மனித வளத்துறை அமைச்சக இணையத்தளத்தில் அவ்வரைவின் முக்கிய கூறுகள் வெளியிடப்பட்டன. அப்போதும் அது முழுமையாக வெளியிடப்படவில்லை. 2017 ல் அமைக்கப்பட்ட கஸ்தூரிரங்கன் குழு அறிக்கை தயாரித்து முடிக்கப்பட்டபின்பும் பலமாதங்கள் வரை அது அரசிடம் அளிக்கப்படவில்லை. இப்போது இரண்டாம் முறையாக மோடி அரசு இன்னும் அதிகப் பெரும்பான்மையுடன் வெற்றி பெற்ற பின்பு அது உடனடியாக வெளியிடப்பட்டு, அந்த 484 பக்க விரிவான அறிக்கை குறித்து மக்களின் கருத்துக்கள் கோரப்பட்டன. ஆனால் அவ்வாறு கருத்து அறிவிக்க மக்களுக்குக் கொடுக்கப்பட்ட நாட்கள் வெறும் 27 மட்டுமே என்பது குறிப்பிடத் தக்கது. நாமும் அவசர அவசரமாக அதை முழுவதும் படித்தும் படிக்காமலும் கருத்துக்களைச் சொல்லிக் கொண்டுள்ளோம். ஒரு வேளை தனது முதல் நூறுநாள் வேலைத் திட்டத்தின் அங்கமாக மோடி அரசு இந்த அறிக்கையையும் சேர்த்துக் கொள்ளலாம்.

கல்வி, மருத்துவம் முதலான சேவைத்துறைகளையும் ‘காட்’ வணிக ஒப்பந்தத்திற்குள் கொண்டுவரும் ‘காட்ஸ்’ (GATS) ஒப்பந்தத்திற்கு இந்திய மக்களை ஒப்புக் கொடுக்கும் அவசரத்துடன் இயற்றப்பட்ட சுப்பிரமணியம் குழு அறிக்கைக்கும் கஸ்தூரிரங்கன்

குழு அறிக்கைக்கும் இடைப்பட்ட இந்த நான்காண்டுகளில் இன்று உயர்கல்வித் துறையில் பல புதிய திட்டங்கள், மாற்றங்கள் செயல்படுத்தப் பட்டுள்ளதையும் நாம் கவனத்தில் கொள்ள வேண்டும். எடுத்துக்காட்டக சிலவற்றைச் சொல்வதானால் GIAN Initiative எனும் பெயரில் வெளிநாடுகளிலிருந்து 20 மணிநேர விரிவுரைக்கு 5,00,000 ரூ ஊதியத்தில் பேராசிரியர்களைத் தருவித்தல், பெரிய அளவில் 'ஆன் லைன்' படிப்புகள் (MOOCs) தொடங்குதல், 5ம் வகுப்பிற்குப் பின் பாஸ்- ஃபெயில் முறையை நடைமுறைப்படுத்துதல், பொருளாதாரத் தன்னாட்சி (Financial autonomy), NET, NEET முதலான தேசியத் தேர்வுகள் (National Testing Agency), உயர்நிலை தன்னாட்சிப் பல்கலைக் கழகங்கள் (Institute of Eminence -IoE), உயர் கல்வி நிதி நல்கை முகமை (Higher Education Financing Agency-HEFA) முதலான செயல்பாடுகள் மற்றும் அமைப்புகள் உருவாக்கம் ஆகியவற்றைச் சொல்லலாம்,

இத்தனைக்கும் பின்புதான் இன்று இந்த தேசியக் கல்விக் கொள்கை நம்முன் வைக்கப்பட்டுள்ளது என்பதை நாம் மறந்துவிடக் கூடாது. இந்தச் செயல்பாடுகளுக்கும், இன்றைய இந்த அறிக்கைக்கும் வேறுபாடுகள் உள்ளன. எனில் இவற்றில் எவை நிறைவேற்றப்படும்? எவை புறந்தள்ளப்படும்?

அதேபோல இந்த கஸ்தூரிரங்கன் அறிக்கைக்கும், அந்த அறிக்கைக்கான கொள்கைத் திட்டமாக அறிவிக்கப்பட்ட சுப்பிரமணியம் குழு அறிக்கைக்கும் பல வேறுபாடுகள் உள்ளன. எடுத்துக்காட்டாக சுப்பிரமணியம் குழு அறிக்கை தாய்மொழிக் கல்விக்கு முக்கியத்துவம் அளித்தது. ஆனால் கஸ்தூரிரங்கன் குழு அறிக்கை மும்மொழித்திட்டம், இந்தி கட்டாயம் எனச் சொல்லி கடும் எதிர்ப்பை இன்று எதிர்கொள்ள நேரிட்டது.

கடந்த ஐந்தாண்டுகால மோடி அரசின் செயற்பாடுகளுக்கும் கஸ்தூரிரங்கன் குழு முன்வைக்கும் பார்வைகள் சிலவற்றிற்கும் இடையில் உள்ள சில முரண்பாடுகளை டெல்லியிலுள்ள "கல்வி தொடர்பான திட்டமிடல், நிர்வாகம் ஆகியவற்றுக்கான தேசிய நிறுவனத்தின்' (IEPA) சுதான்ஷூ பூஷன் சுட்டிக்காட்டுவது குறிப்பிடத்தக்கது. மோடி அரசு உயர்கல்வியை அதிகபட்சமாகத் தனியார் மயமாக்கல் சந்தைக்குரியதாக்குதல், போட்டியை மையமாக்குதல், தர நிர்ணயம் செய்து வேறுபடுத்துதல் என்கிற நிலைக்கு இந்த ஐந்தாண்டுகளில் மாற்றியுள்ளார். சுயமாகவும், சந்தையில் கடன் வாங்கியும் நிதிதிரட்டல் என்பதையும் செயல்படுத்தியுள்ளார். இந்நிலையில் அரசு நிதியுதவியில் இயங்கும் உயர்கல்விக்கு முதன்மை அளிப்பதைப் பற்றி

கஸ்தூரிரங்கன் குழு அறிக்கை பேசுவதற்கு ஏதாவது பொருளுண்டா? – என்கிற கேள்வியை முன்வைக்கிறார் பூஷன், அரசாதரவுடன் கூடிய உயர் கல்வியைப் பரிந்துரைக்கும் கஸ்தூரிரங்கன் குழு பரிந்துரையின் இந்த வரவேற்கத்தக்க அம்சங்கள் உயர்கல்விச் சந்தை ஒன்றை உருவாக்கியுள்ள மோடி அரசால் புறக்கணிக்கப் படுவதிலேயே முடியும் என பூஷன் கூறுவதை நாம் கவனத்தில் கொள்ள வேண்டும். இதன் பொருளென்ன? கஸ்தூரிரங்கன் குழு அறிக்கையில் உள்ள இதுபோன்ற உயர்கல்வி தொடர்பான சில வரவேற்கத்தக்க பரிந்துரைகள் தூக்கி எறியப்படும். உயர்கல்வி சந்தைப்படுத்தப்படுதல் தொடரும்.

கஸ்தூரிரங்கன் குழு அறிக்கையில் உள்ள மோசமான பரிந்துரைகளான

1. எல்லா மட்டங்களிலும் தகுதி / திறமை என்பதை முக்கியப்படுத்துதவன் மூலம் பல்வேறு ஏற்றத்தாழ்வுகள் மிக்க இந்தியச் சமூகத்தில் இட ஒதுக்கீட்டிற்கு இருக்கும் முக்கியத்துவத்தைப் பின்னுக்குத் தள்ளுதல்,

2. தனியார் துறைகளில் இட ஒதுக்கீடு தேவையில்லை எனப் பரிந்துரைத்தல்,

3. நமது சமூகம் ஒரு மோசமான சாதியம், தீண்டாமை ஆகிவற்றைக் கடைபிடிக்கும் சமூகமாகவும், இன்னொருபக்கம் மத அடிப்படையில் பெரும்பான்மை மதவாதத்தை வன்முறையுடன் வெளிப்படுத்தும் சமூகமாகவும் உள்ள நிலையில் கல்விச் செயற்பாடுகளில் "சமூகம்" (community) என்கிற கருத்தாக்கத்தை முதன்மைப்படுத்துத்தல்; அதாவது கல்விச் செயற்பாடுகளில் 'சமூகத்தின்' பங்கை வலியுறுத்தல்,

4. இந்திய மொழிக் குடும்பங்களில் சமஸ்கிருதத்திற்கு அளிக்கும் முக்கியத்துவத்தை திராவிட மொழிக் குடும்பத்திற்கு அளிக்காமை

5. மாணவர் மற்றும் ஆசிரியர் சங்கங்களுக்கு முக்கியத்துவம் அளிக்காமை

6. கல்விநிறுவனங்களில் தலித் மாணவர்களின் உரிமைகள் மற்றும் பாதுகாப்பு பற்றிப் பேசாமை

முதலான கூறுகளை மட்டுமே மோடி அரசு கஸ்தூரிரங்கன் அறிக்கையிலிருந்து எடுத்துக் கொண்டு செயல்படுத்தும் என்பது உறுதி.

மற்றபடி மோடி அரசு கடந்த ஐந்தாண்டுகளில் கல்வித்துறையில் தொடர்ந்த நடவடிக்கைகள் அனைத்தும் இன்னும் வேகத்துடன் தொடரும் என்பது உறுதி. ◆

குழந்தைமை கொல்லும் கல்விக் கொள்கை

ச.தமிழ்ச்செல்வன்

குட்டித்தலையணை, குட்டிப்போர்வை,
குட்டி டம்ளர் மற்றும்
குட்டிக் கொட்டாவியுடன்
குழந்தைகள் உருவாக்குகிறார்கள்
ஒரு குட்டி உலகத்தை,
அதில் பெற்றோர்களின் பெரிய விரல்களுக்கு
குட்டிக் கவளங்களைச் செய்யும்
பயிற்சியைத் தருகிறார்கள்!

- கவிஞர் முகுந்த் நாகராஜன்

இப்படியான சின்ன உலகத்துக்குள் ஆனந்தமாக வாழும் குழந்தைகளை 3 வயதிலேயே sமுறைசார்ந்த கல்விப்புலத்துக்குள் கழுத்தைப் பிடித்துத் தள்ளிப் பெரும் பெரும் கவளங்களை அவர்கள் வாயில் திணிக்கும் திட்டத்துடன் முன் வைக்கப்பட்டுள்ளதுதான் திரு.கஸ்தூரிரங்கன் தலைமையிலான குழு மத்திய அரசுக்கு அளித்துள்ள தேசிய கல்விக்கொள்கை2019- வரைவு.

தின்ன முடியாததைத் திணித்தால் குழந்தைகள் சாப்பாடே வேண்டாம் என்று ஓடி விடுவார்கள்தானே.அதுதான் மத்திய அரசுக்கு இன்று தேவையாக இருக்கிறது.sநான்காம் தொழிற்புரட்சிக்காலத்திற்கு ஏற்ற கல்விக்கொள்கை இதுதான்! என திரு.கஸ்தூரி ரங்கன் தி இந்து நாளிதழுக்கு நேர்காணல் அளித்துள்ளார்.

எப்போதுமே அவ்வக்காலத்தின் ஆளும் வர்க்கத்தின் தேவைகளுக்கேற்ற மனிதக்கூட்டங்களை உருவாக்கும் கலாச்சார நிறுவனம்தான் கல்விக்கூடம். அது மன்னராட்சிக்காலத்தில் ஏகலைவனின் கட்டைவிரலை வெட்டி எறிந்தது. ஈன்று புறந்தருதல் தாயின் கடன். சான்றோனாக்குதல் தந்தைக்குக் கடன். வேல் வடித்துக் கொடுத்தல் கொல்லர்க்குக் கடன் என்று கடமைகளைப் பட்டியலிட்டது. பின்னர் வந்த ஆங்கில ஆட்சியாளர்கள் மெக்காலே கல்விக்கொள்கையின் மூலம் தங்களுக்குத் தேவையான இடைத்தரகர் வேலைசெய்யும் குமாஸ்தாக்களை உருவாக்கிக்கொண்டார்கள்.

1947இல் ஆட்சிக்கு வந்த இந்தியப் பெருமுதலாளிகளும் நிலப்பிரபுக்களும் இணைந்த ஆளும் வர்க்கம் தங்கள் வர்க்க நலன்களுக்கு சேவை செய்ய ஓரளவு படிப்பறிவுள்ள உழைக்கும் கூட்டம் தேவை என முடிவு செய்தது. நவீன தொழில் வளர்ச்சியும் விவசாய உற்பத்திப்பெருக்கமும் மைய அச்சாக இருந்த 64-1947 காலகட்டம் நேருவியக் காலகட்டம்.முறைசார் கல்விக்குள் மக்களைக் கொண்டுவர முயற்சி எடுக்கப்பட்ட காலம் அது.அதன் போதாமைகளைக் கணக்கில் கொண்டு இந்திராகாந்தி அம்மையார் காலத்தில் கோத்தாரி கமிஷன் சிபாரிசுகள் அடிப்படையில் sஇந்தியக்கல்விக்கொள்கை- 1968tநிறைவேற்றப்பட்டது. கணிணி மயமாகிக்கொண்டிருந்த 80களில் இந்திய முதலாளிகளின் தேவைக்கேற்ற உழைக்கும் மக்களைத் தகவமைக்க ராஜீவ்காந்தி தலைமையிலான மத்திய அரசு புதிய கல்விக்கொள்கை 1986 ஐக் கொண்டு வந்தது.

பன்னாட்டு நிறுவனங்கள் தரும் வேலை வாய்ப்பு காரணமாக அந்நிறுவனங்களின் தேவைக்கேற்ற கல்விமுறையை இந்தியப்பல்கலைக்கழகங்கள் உருவாக்க ஆரம்பித்தன.பின்னர் அதற்கேற்ற பள்ளிக்கல்வி என்கிற இடத்தை நோக்கி மொத்தக் கல்விப்பாதையும் திரும்பியது. அவசரநிலைக்குப் பிறகு கல்வியில் தனியார்மயம் மெல்ல மெல்ல அதிகரிக்கத் துவங்கியதும் இப்பாதை நீள ஒத்திசைவாக இருந்தது. உயர்கல்வியில் 30 சதவீதமும்,மேனிலைப்பள்ளிக்கல்வியில் 54 சதமும் ஆரம்பக்கல்வியில் 22 சதமும் இன்று தனியார் வசம் உள்ளன. முழுமையான தனியார் மயமாக்கலை நாடு சென்றடையும் நாள் வெகு தூரத்தில் இல்லை.

இந்த எதிர்மறை அம்சங்களுக்கு அப்பாலும், எல்லோரும் படிக்ககூடாது என்றிருந்த குருகுலக்கல்வி முறை மாற்றப்பட்டு அனைவருக்கும் கல்வி (சர்வதேச அமைப்புகள் தந்த நெருக்கடிகளும் ஒரு காரணம்) என்ற இடத்தை நோக்கி இந்தியா நகர்ந்தது. 900 க்கு மேற்பட்ட பல்கலைக்கழகங்கள், 42000 கல்லூரிகள் 14 லட்சம் பள்ளிக்கூடங்கள் என ஒரு விரிந்து பரந்த கல்வி வலைப்பின்னலை இந்தியா இன்று பெற்றிருக்கிறது.

இணையத் தொழிற்புரட்சிக்காலமாகவும் வலதுபக்க சாய்மானம் அதிகரித்துள்ள அரசியல் காலமாகவும் இருக்கும் இந்த 2019 க்கான இன்றைய இந்திய ஆளும் வர்க்கத்தின் தேவைகளைப் பூர்த்தி செய்யப் புறப்பட்டு வந்துள்ள - கஸ்தூரிரங்கன் அறிக்கை என்ன சொல்கிறது?

பழைய குருகுல முறையைப் பல இடங்களில் போற்றிப்பாடடி கண்ணே எனப்பாடியுள்ள இவ்வறிக்கை கல்வியைப் பரவலாக்கப் புதிய ஆலோசனைகளைச் சொல்லாமல், ஏராளமான கண்காணிப்பு அமைப்புகள், எண்ணிலடங்காத் தேர்வுகள், வடிகட்டும் நிறுவனங்கள், அதிகாரக்குவிப்பு என்கிற பாதையையே முன் மொழிந்துள்ளது.

இன்றைய ஆளும் வர்க்கம் படிப்பறிவில்லாத உடல் உழைப்பாளிகளை எதிர்நோக்கி இருப்பது நமக்குப் புரிகிறது. மத்திய வாகனச்சட்டம் 1989 திருத்தப்பட இருப்பதாகவும் ஓட்டுநர் உரிமம் பெற குறைந்த பட்ச கல்வித்தகுதி எட்டாம் வகுப்பு என இருப்பதை நீக்குவதாகவும் மத்திய அரசு சமீபத்தில் அறிவித்துள்ளதை இத்துடன் இணைத்துப் பார்க்க வேண்டும்.

படிப்பறிவில்லாத மக்கள் தொகை பெருகுவதும் படித்தாலும் அறிவியல்பூர்வமாகச் சிந்திக்கும் திறன் அற்றவர்களாக ஒரு 'படித்த' கூட்டத்தை உருவாக்குவதும் பன்னாட்டுக் கம்பெனிகளுக்கு மட்டுமல்ல மூட நம்பிக்கையை அடித்தளமாகக் கொண்டியங்கும் மதவாத- அடிப்படைவாத-அரசியல் அணிதிரட்டலுக்கும் உதவியாக இருக்கும். 1947இல் 12 சதவீதமாக இருந்த கல்வியறிவு 2011 இல் 79.31

ஆகவே, ஒரே இந்தியா ஒரே கலாச்சாரம், ஒரே வரி, ஒரே ரேசன் கார்டு, ஒரே கல்வி என்கிற பாதையில் இன்னொரு மைல்கல்தான் இந்தக் கல்விக்கொள்கை. கஸ்தூரிரங்கன் இவ்வறிக்கையின் முன்னுரையில் குறிப்பிடுவதைப்போல மத்திய அமைச்சர் ப்ரகாஷ் ஜவடேகர் கூடவே அமர்ந்து இவ்வறிக்கையின் ஒவ்வொரு பகுதியையும் 'சீர் படுத்தியுள்ளார்.'

பிரதமர் தலைமையிலான ராஷ்ட்ரிய சிக்சா ஆயோக் தான் ஒரு சூப்பர் பவர் அதிகார மையமாக நாட்டின் கல்வியைத் தீர்மானிக்கும். மத்திய அமைப்புகள் உருவாக்கும் கல்வித்திட்டம், பாடத்திட்டம் இவற்றை அந்தந்த மாநிலத்தில் 'மொழிமாற்றம்' செய்வதே மாநில அரசின் கல்வித்துறையின் பணியாகக் குறுக்கப்படும்.

மாநிலப்பட்டியலிலிருந்த கல்வியை காங்கிரஸ் ஆட்சியாளர்கள் பொதுப்பட்டியலுக்குக் கொண்டு வந்தார்கள். இப்போது இவ்வரைவறிக்கையின்படி அது சத்தமே இல்லாமல் மத்தியப்பட்டியலுக்குப் போகிறது.

உள்ளூர் கதாநாயகர்கள் என்கிற பேரில் ஆர் எஸ் எஸ் காரர்கள் வாரத்தில் ஐந்து மணி நேரம் ஊதியத்துடன் நம் பள்ளி

வகுப்பறைகளுக்குள் நுழைய ஒரு வாசலை இவ்வரைவறிக்கை திறந்து வைத்துள்ளது. அந்த வாசலில் நாமும் நுழையலாம் என்கிற வாய்ப்பு உள்ளது. தமிழகத்தில் நாம் முண்டியடித்து அந்த இடத்தைப் பிடிக்க முயல்வோம். ஆனால் வட இந்தியா முழுவதும் அதிகாரப்பூர்வமாக - சட்டப் பூர்வமாக-அனைத்துப் பள்ளிகளிலும் சங்கிகள் நுழைவார்கள். உயர்கல்வி நிறுவனங்களின் சகல பொறுப்புகளுக்கும் அரசியல் தலையீட்டுடன் நியமனங்கள் செய்ய இவ்வரைவு வழி வகுத்துள்ளது.

ECCE (Early Child Care and Education) என்கிற யுனெஸ்கோவின் வார்த்தைகளை மட்டும் எடுத்துச் சட்டையாக மாட்டிக் கொண்டு இவ்வறிக்கை 3,5,8 வகுப்புகளுக்குப் பொதுத்தேர்வு முறையை சிபாரிசு செய்து உண்மையான முகத்தை மறைத்துக்கொள்கிறது.

உலகில், பள்ளிக்கல்வியில் சாதனைகள் படைத்துவரும் நாடான பின் லாந்தில் 7 வயதில்தான் முறைசார் பள்ளிக்கல்வி துவங்குகிறது. அங்கேயும் கேஜி முறை இருக்கிறது. ஆனால் அது குழந்தைகளின் மகிழ்ச்சியை இரட்டிப்பாக்கும் நோக்குடன்தான் இயங்குகிறதே ஒழிய முறைசார் கல்விக்குத் 'தயாரிக்கும்' ஏற்பாடாக நிச்சயமாக இல்லை. ஆனால் இந்த வரைவறிக்கை 3 வயதிலிருந்தே முறைசார் கல்விக்குத் sதயாரிக்கும்t எந்திரத்தில் நம் குழந்தைகளை அள்ளிப் போடுகிறது.

உயர்கல்வியில் தேர்வாணையம் உள்ளிட்டு அனைத்தும் தனியார் மயம் என்பதை நோக்கிப் பாதை விரிக்கப்பட்டுள்ளது.

இன்றைய இந்தியாவுக்கு என்ன மாதிரியான கல்வி வேண்டும்? இன்றைய இந்தியச்சமூகம் என்னவாக இருக்கிறதோ அதை நல்வழியில் கொண்டு செலுத்தும் கல்வி முறையே தேவை. பொருளாதார ஏற்றத்தாழ்வும் சாதிய ஒடுக்குமுறையும் பெண்கள் மீதான வன்முறைகளும் வேலையின்மையும் பிஞ்சு மனங்களில் மதவாதக் கருத்தியல்கள் திணிப்பும் எனப் பிற்போக்கான திசையில் சென்று கொண்டிருக்கும் நம் இந்தியாவை நல்வழிப்படுத்த மதச்சார்பற்ற,ஜனநாயக மாண்புகளை உள்ளடக்கமாகக் கொண்ட ஓர் அறிவியல்பூர்வமான கல்விமுறையே உடனடித்தேவை.

ஆனால் தேவைகளுக்கு நேர் எதிர் திசையில் பயணிக்கக்கோரும் இந்த வரைவறிக்கை ஆபத்தானது.ஆகவேதான் இது திருத்தப்பட வேண்டியதல்ல.நிராகரிக்கப்பட வேண்டியது.

கவிஞர் முகுந்த் நாகராஜனின் இன்னொரு கவிதையுடன் முடிப்பது பொருத்தம்:

கை விட்டுப்போன மகள்
கொஞ்ச நேரம் இறங்கி நடக்க மாட்டாள்,
கை இரண்டையும் தூக்கி
ஏந்திக்கொள்ளச் சொல்லுவாள்,
அப்பாவின் கையில் உட்கார்ந்து கொண்டு
கழுத்தைக் கட்டிக்கொண்டு
வழியில் பார்ப்பதை எல்லாம்
அது என்ன,இது என்ன என்று
விசாரித்துக்கொண்டு வருவாள்.
நடக்கும் பழக்கம் வரவில்லையே என்று
அப்பாவுக்கு ஒரே கவலை.
ரொம்ப யோசித்து ,நடக்கும்போது
'க்கீய்..க்கீய்..'என்று சத்தம்போடும்
சின்னக்காலணிகளை
வாங்கிக்கொடுத்தார் அவளுக்கு
நடக்க ஆரம்பித்து விட்டாள் மகள்,
கிகீய் க்கீய் என்ற சத்தத்தின் கையைப்
பிடித்துக்கொண்டு உற்சாகமாக.
மகள் கையை விட்டுப் போனதில்
அப்பாவுக்குக் கொஞ்சம் வருத்தம்தான்.

இப்போதோ மகள்கள் நம் கண்முன்னால் முறைசார் கல்வி,தகுதித்தேர்வுகள் என்கிற படுகுழிகளை நோக்கி நடக்கப்போகிறார்கள். மோடி தலைமையிலான ராஷ்ட்ரிய சிக்சா ஆயோக் வா வா எனத் தன் கொடுங்கரம் நீட்டி அழைக்கிறது. சும்மா பார்த்திருப்போமா? மகள்களை ஓடிச்சென்று தடுப்போமா? அரக்கனை எட்டி உதைத்துத் தூரத் தள்ளுவோமா? மகள்களை இழக்கச் சம்மதிப்போமா?

கல்வி மறுப்பை கட்டாயம் ஆக்கும் கொள்கை

நா. மணி

"என் ஆயுள் காலத்தில் பள்ளிக் கூடத்தையே பார்த்தது இல்லை. எனது மகனும் மருமகளும் பள்ளிக் கூடத்தை பார்த்திருக்கிறார்கள் ஆனால் போனதில்லை. பேத்தி போன பள்ளிக் கூடம் மூடப்பட்டு விட்டது. பள்ளிக் கூடம் இருந்திருந்தால் சோறும் கிடைத்திருக்கும். எழுதப் படிக்கவும் கற்றுக் கொண்டு இருப்பாள்". பள்ளியில் இருந்து விரட்டப்பட்ட ஒன்பது வயது சிறுமி பூல்மதியின் கண்ணீர் கதை இது. இந்த சிறுமி படித்து வந்த பள்ளி இரண்டு ஆண்டுகளுக்கு முன்னரே மூடப்பட்டு விட்டது. இதேபோன்ற ஒரு மலை கிராமப் பள்ளியில் படித்து வந்த ராஜ்மதி கோர்ன் இப்போது பள்ளியை விட்டு நின்று விட்டான். இதே மலை கிராமத்தில் இருபது கிலோ மீட்டர் தூரம் நடந்து சென்று படிக்க வேண்டிய துயரத்திற்கு ஆளாகி உள்ளான் ராஜ்மதி கோர்ன். மூன்று கிலோ மீட்டர் தூரத்தில் இருக்கும் பள்ளிக்குச் செல்வதை உயிருக்கு அஞ்சி அவனது பள்ளி அடைக்கப்பட்டு விட்டது. இது போன்று ஆயிரக்கணக்கான மாணவர்கள் பள்ளியில் இருந்து விரட்டி அடிக்கப்பட்டுள்ளனர். ஜார்கண்ட் மாநிலத்தின் மலை மாவட்டங்களில் இந்தக் கொடுமைகள் நடந்தேறி வருகிறது. அதுவும் இரண்டு ஆண்டுகளுக்கு முன்பு இருந்தே. ஏன் இந்த அக்கிரமம்? அராஜகம்?

மத்திய அரசின் நிதி அயோக் அமைப்பு முப்பது மாணவர்களுக்கு குறைவாக இருக்கும் பள்ளிகளை மூடி விடுங்கள் என்று மாநில அரசுகளுக்கு ஆலோசனை வழங்கியது. ஜார்கண்ட் மாநிலத்தில் ரூபாய்.400 கோடியை மிச்சம் பிடிக்க வேண்டும் என்பதற்காகவே இந்த கல்வி உரிமை மறுப்பு நடந்தேறி வருகிறது. இதனை நாடு முழுவதும் அரங்கேற்றவே இந்த புதிய கல்விக் கொள்கை நாடகம். பாஜக ஆட்சிப் பொறுப்பை ஏற்றவுடன் திட்டக் குழுவை அழித்துவிட்டு நிதி அயோக் என்ற அமைப்பை உருவாக்கியது. இதன் ஆவணத்தில் முதல் கட்டமாக ஒரு இலட்சம் பள்ளிகளை மூடவும் இரண்டாம் கட்டமாக 3,70,000 பள்ளிகளை மூடவும் திட்டமிட்டது. 20 மாணவர்களுக்கு குறைவாக இருக்கும் ஒரு இலட்சம் பள்ளிகளால் அரசுக்கு 9440 கோடி நஷ்டம் என்றும் 50 பேருக்கு கீழ் இருக்கும் பள்ளிகளால் 41,630 கோடி நஷ்டம் என்றும் கணக்கீடு செய்தது. இதன்படிதான் ஜார்கண்ட் மாநிலத்தில் உள்ள பள்ளிகளை மூடியுள்ளது அங்குள்ள பாஜக

மாநில அரசு. இதன் ஒரு பகுதியாகவே தமிழக அரசு மத்திய அரசின் அழுத்தத்திற்கு ஆட்பட்டு பள்ளிகளை மூடிவிட எத்தனிக்கிறது. எத்தனை பள்ளிகளை இழுத்து மூடினாலும் மத்திய மாநில அரசுகளின் பார்வையில் 'மூடல்' என்ற சொல் கெட்டவார்த்தை. ஏனென்றால் அது மக்களிடம் அதிருப்தியை உருவாக்கும். வாக்குகளை குறைக்கும். எனவே பள்ளிகள் இணைப்பு என்று தான் சொல்வார்கள். மூடல் என்ற சொல்லை பயன்படுத்த மாட்டார்கள்.

நிதி அயோக் திட்டப்படி ஜார்கண்ட் மாநிலத்தில் பள்ளிகளை மூடி குழந்தைகளை வெளியேற்றியது போல எல்லா மாநில அரசுகளும் செய்துவிட்டால் புதிய கல்விக் கொள்கையின் தேவை சற்று குறைந்து இருக்கும். அது இயலாமல் போகவே ஒரு கொள்கை முடிவின் மூலம் எல்லா மாநிலங்களிலும் யூனியன் பிரதேசங்களிலும் வாயைத் திறக்கவிடாமல் செய்து நிதியைக் குறைக்க மோடி அரசு திட்டமிட்டுள்ளது. எனவே தான் புதிய கல்விக் கொள்கையின் வழியாக கூட்டுப் பள்ளி வளாகங்களை திறக்க கஸ்தூரி ரங்கன் குழு ஆலோசனை வழங்கியது. இதன்படி நாட்டில் உள்ள எத்தனை பள்ளிகளை மூட முடியும்? கீழே உள்ள கணக்கீட்டைப் பாருங்கள்.

-2011ஆம் ஆண்டு மக்கட்தொகை கணக்கெடுப்பின் படி 2000 மக்கள் தொகைக்கு கீழே உள்ள கிராமங்கள் 70 விழுக்காடு. இது மொத்த இந்திய கிராம மக்கள் தொகையில் 42 விழுக்காடு. இந்தியாவில் உள்ள மொத்தப் பள்ளிகளில் முப்பது மாணவர்களுக்கு கீழே உள்ள பள்ளிகள் 41 விழுக்காடு. பாஜக அரசின் கணக்குப் புரிகிறதா? அதாவது 2000 மக்கள் தொகைக்கு கீழே உள்ள கிராமங்களில் உள்ள பள்ளிகள் அனைத்தையும் மூடி விட வேண்டும் என்பதே பாஜக அரசின் திட்டம். தற்போது இருபது பேருக்கு குறைவாக உள்ள பள்ளிகளை மூடி கஸ்தூரி ரங்கன் குழு சொல்வதைப் போல கூட்டுப் பள்ளி வளாகங்களை அமைத்தால் தற்போதைய ஆசிரியர் மாணவர் விகிதாச்சாரப் படி சுமார் 85,000 பள்ளிகளை மூடி 15000 கூட்டுப் பள்ளி வளாகங்களை திறந்து விடலாம். இந்த 85000 பள்ளிகளில் படித்த மாணவர்கள் எங்கு செல்வார்கள் என்று மனசாட்சி உள்ள ஒவ்வொரு இந்திய உள்ளமும் துடிக்கிறது. போராட்டத்தில் ஈடுபடுகிறது. ஆனால் பாஜக அரசுக்கு அது பற்றி அக்கறை இல்லை. தொடர்ந்து தனது இலக்கை நோக்கி முன்னேறிக் கொண்டே இருக்கிறது. இல்லை இல்லை நாங்கள் இந்தக் குழந்தைகள் பள்ளிக் செல்ல பேருந்து வசதிகள் செய்து கொடுப்போம். விடுதி வசதிகள் செய்து கொடுப்போம் என்று

கூட்டுப் பள்ளி வளாகத்தில் உலகின் ஆகச் சிறந்த வசதிகளை செய்து கொடுப்போம் என்று கஸ்தூரிரங்கன் குழு கதை விடலாம். ஜார்கண்ட் மாநிலத்தின் குழந்தைகள் நிலைமைகளை கண்ணுறாத வரை இக்கதைகளுக்கு மெளசு இருக்கும். இந்த கொள்கை இரண்டு ஆண்டுகளுக்கு முன்னரே நடைமுறைப் படுத்த பட்ட ஜார்கண்டில் கட்டாய கல்வி உரிமை சட்டத்தின் விதிகள் தூக்கி எறியப்பட்டன. பள்ளிகளை இணைக்கும் போது அந்த அரசாங்கமே ஒரு விதியை உருவாக்கியது. எந்தப் பள்ளி மூடப்படுகிறதோ அந்தப் பள்ளியின் குழந்தைகள் பெற்றோர்களிடம் சம்மதம் கேட்க வேண்டும் என்றெல்லாம் இருக்கிறது. எல்லா விதிமுறைகளும் நொறுக்கப்பட்டது. அந்த குழந்தைகள் இன்று கல்விக் கண் இன்றி தெருவில் நிற்கிறது. புதிய கல்விக் கொள்கை அமுலாகும் போது இதுவே இந்தியாவெங்கும் பொது விதியாகும்.

கல்வித் தரம் குறைய யார் காரணம்? அரசுப் பள்ளிகளில் தரம் குறைய ஆசிரியர்களே காரணம். ஆசிரியர்கள் பள்ளிக்கே வருவதில்லை என்று தொடர்ந்து பொய்யுரைத்து பொது மக்களை நம்பும்படி செய்கின்றனர். உண்மை என்ன? 2010 ஆம் ஆண்டு சச்சிதானந்த சின்ஹா என்பவர் பஞ்சாபில் ஓர் ஆய்வை நடத்தினார். ஐந்து ஆசிரியர்கள் மற்றும் ஓர் தலைமை ஆசிரியர் பணிபுரியும் அரசுத் தொடக்கப் பள்ளிகளையும் எட்டுப் பேர் பணிபுரியும் தனியார் தொடக்கப் பள்ளிகளையும் ஓர் ஆய்வுக்கு உட்படுத்தினார். வகுப்புக்கு ஓர் ஆசிரியர் இருக்கும் தொடக்கப் பள்ளிகள் தனியார் பள்ளிகளை விடவும் சிறப்பாக கண்டறிந்தார். இப்போது பிரச்சினை எங்கிருக்கிறது பாருங்கள்? ஆசிரியர் வருகை பிரச்சினை இருப்பது ஓராசிரியர் ஈராசிரியர் மூவாசிரியர் பள்ளியில் தான். உதாரணமாக ஈராசிரியர் பள்ளியில் ஒருவர் விடுப்பு எடுத்தால் அது 50 விழுக்காடு ஆசிரியர்கள் விடுப்பு என்று பொருள் படும். எனவே வகுப்புக்கு ஓர் ஆசிரியர் நியமனம் இன்மையே ஆசிரியர் வருகைக்கு காரணம். மாணவர்கள் மிகவும் குறைவாக உள்ள பள்ளிகளுக்கு ஆசிரியர்களை எப்படி நியமிப்பது என்று அரசு எதிர் கேள்வி கேட்கலாம். ஆனால் சுதந்திர இந்தியாவில் துவங்கப்பட்ட பொதுப் பள்ளி அரசுப் பள்ளிகள் தூர்ந்து போக யார் காரணம்?

மேட்டுக்குடி மக்களுக்கு தொடர்ந்து தனித் தனியாக பள்ளிகள் முதலில் உருவாக்கப்பட்டது. மத்திய அரசுப் பணியில் உள்ளவர்கள் இராணுவத்தினர் உயர்தரப் பிரிவினருக்கு கோடை வாசஸ்தல காண்வென்டுகள் மெட்ரிக் பள்ளிகள் என்று மேட்டுக்குடியினர் ஒவ்வொரு பிரிவாக அரசுப் பள்ளிகளில் இருந்து வெளியேறினர். எங்கு மேட்டுக்குடி வர்க்கத்தினர் பொதுப்

பயன்பாட்டு சாதனங்களை பயன்படுத்தாமல் மாற்றைத் தேடிச் செல்கின்றனரோ அங்கு பொதுப் பயன்பாடு முற்றாக சீர் குலைந்து விடும். அதுதான் இந்திய பொதுக் கல்விக்கும் நடந்தது. இதன் விளைவாக அரசுப் பள்ளிகள் தனியார் பள்ளிகள் என இரண்டின் தரமும் சீரழிந்து விட்டது. இதற்குத் தீர்வு தர வேண்டிய இடத்தில் ஒரு வகுப்புவாத அரசு அமைந்துவிட்டால், அது, இது வரை உருவாக்கப்பட்ட பொதுக் கல்வி மூலம் தளர்ந்து போய்விட்ட சாதீய படிநிலை சமூகத்தை இறுக்கமாகக் கட்ட முயற்சிக்கிறது.

கல்வி உரிமை என்ற பெயரில் கட்டற்ற தனியார்மயம் ஆறு வயது முதல் பதினான்கு வயது வரை வழங்கப்பட்ட கல்வி உரிமையை மூன்று வயது முதல் பதினெட்டு வயது வரை நீடித்துள்ளோம். இதுவொரு உலக சாதனை என்று மார்தட்டிக் கொள்கிறது பாஜக அரசு. கஸ்தூரி ரங்கன் குழு பரிந்துரையின் விளைவுகள் எப்படி இருக்கும் என்ற எதார்த்தத்தை கொஞ்சம் புள்ளி விபரத்தோடு ஒப்பிட்டு பார்போம்.

இன்றைய நிலையில் ஒவ்வொரு நூறு தொடக்கப் பள்ளிகளுக்கும் நம் நாட்டில் 50 தொடக்கப் பள்ளிகளே இருக்கிறது. அதேபோல் ஒவ்வொரு நடுநிலைப் பள்ளிக்கும் 20 உயர் நிலைப் பள்ளிகள் தான் இருக்கிறது. இந்த இருபது உயர் நிலைப் பள்ளிகளுக்கு அடுத்து எட்டு மேல்நிலைப் பள்ளிகளே இருக்கிறது. நூறு குழந்தைகள் தொடக்கப் பள்ளியில் சேர்ந்தால் 56 குழந்தைகளே பன்னிரெண்டாம் வகுப்பு முடிக்கிறார்கள். இன்றைக்கு இருப்பது போன்று இரண்டு மடங்கு உயர் நிலை மேல் நிலைப் பள்ளிகள் இந்த வரைவுக் கல்விக் கொள்கை படி உருவாக்க வேண்டும். இதற்கான ஆலோசனை பரிந்துரை நிதி ஒதுக்கீடு ஏதும் இல்லை. ஆனால் பன்னிரெண்டாம் வகுப்பு வரை கல்வி உரிமை சட்டத்தின் கீழ் வருகிறது என்றால் இவை அனைத்தும் தனியாரிடம் செல்ல இருக்கிறது. அரசு கல்வி உரிமை சட்டப் படி கட்டணங்களை தனியாருக்கு கொடுத்து விடும். ஏற்கனவே அரசுப் பள்ளிகளில் படித்துக் கொண்டு இருப்பவர்களும் முண்டியடித்துக் கொண்டு தனியார் பள்ளிகளுக்கு செல்லும் நிலையும் ஏற்படலாம். அப்போது தற்போது இருக்கும் அரசினர் மேல் நிலைப் பள்ளிகளும் பாதிப்புக்கு உள்ளாகும். எல்லாம் சேர்ந்து கட்டற்ற தனியார்மயத்திற்கு வித்திடும். இதனைத் தான் பாஜக அரசு பன்னிரெண்டாம் வகுப்பு வரை அனைவருக்கும் கல்வி உரிமை என்று பாசாங்குடன் பேசுகிறது. இதுவும் ஒருவகை கல்வி மறுப்பே.

மூன்றாம் வகுப்புகள் தேர்வுகள் எதற்கு? கல்வித் தரம் என்பது தேர்வுகளுக்குள் ஒளிந்து கொண்டு இருக்கிறது என்று

எப்படி கஸ்தூரி ரங்கன் குழு கண்டுபிடித்தது என்று தெரியவில்லை. மூன்றாம் வகுப்பு தொடங்கி படிப்பு முடித்து பணிசெய்யச் செல்லும் வரை தேர்வுகள் துரத்துகிறது. இதில் மூன்றாம் வகுப்பு முதல் எட்டாம் வகுப்பு வரை உள்ள மிகச் சிறிய குழந்தைகளுக்கு கட்டாயம் ஆக்கப்படும் தேர்வுகள் எப்படி அறிவியல் பூர்வமற்றதாக இருக்கிறது என்பதைப் பற்றி மட்டும் பார்ப்போம்.

மக்கள் கற்றுக் கொண்ட அனைத்தும் செயல் வழியாகவே கற்றுக் கொண்டார்கள். இப்போதும் பல்வேறு விசயங்கள் நடை உடை பாவனை நல்லவை கெட்டவை கடவுள் பக்தி பழக்கவழக்கங்கள் என எல்லாவற்றையும் செயல் வழியாகத் கற்றுக் கொள்கிறார்கள். எனவே தான் மனப்பாடக் கல்வி முறைக்குப் பதிலாக மிக நீண்ட காலத்திற்கு பிறகு தொடர் மற்றும் முழுமையான மதிப்பீட்டு முறை கொண்டுவரப்பட்டது CCE(Continuous and Comprehensive Evaluation). இந்த முறை நடைமுறைப்படுத்தப்பட்ட அதே காலகட்டத்தில் 2005 ஆம் ஆண்டு கலைத்திட்டத்தின் படி CCE என்ற மாற்று மதிப்பீட்டு உத்தியும் இடைநிறுத்தம் இல்லாத கல்வி முறையும் கொண்டுவரப்பட்டது. CCE முறையை அமுலாக்கம் செய்ய அரசுக்கு நிறைய நிதி தேவைப் பட்டது. ஆசிரியர்கள் அதிகாரிகள் மதிப்பீட்டாளர்கள் என அனைவரும் நன்கு உழைக்க வேண்டி வந்தது. எனவே CCE முறை முடமாக்கப்பட்டது. இடைநிறுத்தம் இல்லாமல் அதேசமயம் ஒவ்வொரு வகுப்புக்கும் உரிய கற்றல் அடைவுகளோடு குழந்தை ஒரு வகுப்பில் இருந்து இன்னொரு வகுப்பு செல்வது தடைசெய்யப்பட்டது. தேர்வுகள் இல்லாத சுமை இல்லாத கற்றல் செயல்பாடு நீர்த்துப் போனது. ஒரு வகுப்பில் சேரும் அனைத்து குழந்தைகளும் நன்கு படிப்பதும் ஒரு வகுப்பில் இருந்து இன்னொரு வகுப்புக்கு முன்னேறி மேலும் மேலும் முன்னேறிச் செல்வது, அதிலும் சிந்தனைப் பூர்வமான கல்வியாக இருப்பதும் சாதி அடுக்கு சமூகத்தின் மீது நம்பிக்கை கொண்ட அரசுக்கு பிடிக்கவில்லை. எனவே CCE இல்லாமல் நீர்த்துப் போயிருந்த எட்டாம் வகுப்பு வரையிலான இடைநிறுத்தம் அற்ற தேர்ச்சி முறையை பாஜக அரசு விரும்பவில்லை. எனவே மூன்றாம் வகுப்பு முதல் தேர்வுகளை நடத்தி ஒவ்வொரு நிலையிலும் "எங்களுக்கு படிப்பு வரவில்லை. நாங்கள் கற்கத் தகுதியற்றவர்கள்" என்று தங்களைத் தாங்களே ஒத்துக் கொள்ள வைத்து பள்ளியை விட்டு விரட்டி அடிக்கும் வேலையை கல்விக் கொள்கை மூலம் செய்யத் தயாராகி வருகிறது.